பரியலம்

மதுஷன்

டிஸ்கவரி பப்ளிகேஷன்ஸ்
எண்: 9, பிளாட் எண்: 1080A, ரோஹிணி பிளாட்ஸ்
முனுசாமி சாலை, கே.கே.நகர் மேற்கு,
சென்னை - 600 078. பேச: 99404 46650

வெளியீட்டு எண்: 0446

பரியலம் (கவிதை)
ஆசிரியர்: மதுஷன்©
Pariyalam (Poem)
Author: Madhusan©
Print in India

1st Edition : April 2025
ISBN: 978-93-49113-52-7
Pages - 288
Rs.350

Publisher • *Sales Rights*

Discovery Publications
No. 9, Plot,1080A, Rohini Flats,
Munusamy Salai,
K.K.Nagar West, Chennai - 78.
Tamilnadu, India.
Mobile: +91 99404 46650

Discovery Book Palace (P) Ltd
No. 1055-B, Munusamy Salai,
K.K.Nagar West,
Chennai-600 078.
Mobile: +91 87545 07070

discoverybookpalace@gmail.com / www.discoverybookpalace.com

இந்த நூலில் பிரசுரமாகியுள்ள எந்த ஒரு பகுதியையும் எழுத்துபூர்வமான முன்அனுமதி பெறாமல் எடுத்தாள்வதோ, மறுபிரசுரம் செய்வதோ, மொழியாக்கம் செய்வதோ, ஊடகங்களில் மறுபதிப்புச் செய்வதோ, காப்புரிமைச் சட்டப்படி தடை செய்யப்பட்டுள்ளது. இந்த நூலிலிருந்து சில பகுதிகளை மேற்கோள்காட்டி நூல்அறிமுகம் செய்யலாம்.

உங்கள் மொபைல் போனிலிருந்து ஸ்கேன் செய்து 'டிஸ்கவரி புக் பேலஸ்' மொபைல் ஆப்பை டவுன்லோடு செய்து, புத்தகங்களை வாங்குங்கள்.

காலத்தில் இந்நூலின் பக்கங்களை புரட்டும்
கைகளுக்கு என் பேரன்பு
                              -மதுஷன் சிவன்

தனித்துத் தெரியும் கவிதைகள்

அண்மையில் நண்பர்களுடன் உரையாடியபோது முக்கியமான ஒரு பிரச்சினையை கவிதை சார்ந்து எழுப்பியிருந்தார்கள். கவிதைகளில் காணப்படுகின்ற புதியதான சொல் உருவாக்கங்கள் கவிதைகளைப் புரிந்துகொள்வதற்குத் தடையாக இருப்பதாக ஒரு கருத்து முன்வைக்கப் பட்டதைத் தொடர்ந்து அது ஒரு விவாதமாக முன்னெடுக்கப்பட்டிருந்தது. ஏற்பும் மறுப்புமான இரு பிரிவாகவாகி விவாதிக்கத் தொடங்கியிருந்தனர்.

கவிதையின் புரியாமை தொடர்பாக தமிழில் நிறைய விவாதங்கள் ஏற்பட்டு ஒழிந்துபோயிருக்கின்றன. ஈழக்கவிதைகளில், குறிப்பாக தொண்ணூறுகளில் இத்தகைய விவாதம் ஏற்படத் தொடங்கியிருந்தது. அன்றைய கால அரசியல், இராணுவச் சூழ்நிலை கவிதைகளில் இருண்மைத் தன்மை ஏற்படுவதற்குக் காரணமாக இருந்தது என்பது பொதுப்படையாக ஏற்றுக்கொள்ளப்பட்டிருந்தது. கவிதையைப் புரிவதற்குப் பயிற்சியும் உழைப்பும் தேவையென்றதான எண்ணப் பாடுகள் ஏற்படத் தொடங்கியிருந்தன. எல்லாருக்கும் எல்லாம் உரியதல்ல; அவரவர்களின் அறிவு மனநிலை என்பவற்றுக்கு ஏற்பவே வாசிப்பின் தேவையுமிருக்கின்றது என்ற கருத்துக்களும் தீவிரமாகப் பேசப்பட்டிருந்தன. கிட்டத்தட்ட கலை மக்களுக்கானதா? கலை கலைக்கானதா? என்ற ஆரம்பநிலை விவாதங்களின் தொடர்ச்சியாகவே இவை பெரிதும் அணுகப்பட்டன. கவிதையில் இருண்மைக்கான ஏதுநிலைக்கு கவிஞர்களின் கட்டிறுக்கமான படிமச்செறிவும் குறியீடுகளும் காரணமாக அமைந்தன என்ற நோக்கில் இருண்மைத் தன்மையான கவிதைகள் குறித்து குற்றச்சாட்டுக்கள் முன்வைக்கப் பட்டிருந்தன. கூரலகான அதிகார மையங்களுக்கிடையில் வாழுகின்ற கவிஞன் தன்னைத் தற்காத்துக்கொள்வதற்கு இருண்மைத் தன்மையைத் தேர்ந்தெடுக்கவேண்டியிருந்தது. தொண்ணூறுகளின் அரசியல் நிலை அவ்வாறிருந்தது. இராணுவக் கட்டுப்பாட்டுப் பகுதிக்குள் இருந்த

படைப்பாளிகளும் சரி, விடுதலைப் புலிகளின் கட்டுப்பாட்டுக்குளிருந்த படைப்பாளிகளும் சரி, இந்த இருண்மைத் தன்மையை வரித்துக் கொண்டது அதிகார மையங்களிடமிருந்து தம்மைத் தற்காத்துக் கொள்வதற்குத்தான் என்பதில் சந்தேகமில்லை.

கவிதையில் எது இருண்மையை அல்லது புரியாமையை ஏற்படுத்துகின்றது? கவிதையின் கூறல் முறையா? சொற்களின் தேர்வா? இதுவும் கிட்டத்தட்ட உருவமா? உள்ளடக்கமா? என்ற வழக்கொழிந்துபோன விவாதத்தைப் போன்றதுதான். மூப்பற்ற அல்லது இறப்பற்ற மொழி என்பது என்ன? இதை மறுவளமாக யோசித்தால் மொழியின் உயிர்ப்பு எதில் தங்கியிருக்கின்றது? மொழி காலமாற்றத்திற்கு அமைய தன்னைப் புதுப்பித்துக்கொள்வதில்தான் என்பது வெளிப்படையானது. மொழி எவ்வாறு தன்னைப் புதுப்பித்துக் கொள்கின்றது? காலத்திற்குக் காலம் மொழி சார்ந்து ஏற்படுகின்ற அமைப்பாக்கங்களும் கட்டுடைப்புக்களும் இதைச் சாத்தியப் படுத்துகின்றன. மொழியில் உருவாக்கப்படுகின்ற புதுச்சொல்லாக்கங்கள் இதற்கு அடிப்படையாக அமைகின்றன. இதில் கலைச்சொல்லாக்கத்தின் பங்களிப்பும் இருக்கின்றது. உலகமயமாக்கலும் உலகில் ஏற்பட்டிருக்கின்ற அறிவியல் மாற்றங்களும் உலகத்தைப் பொதுமைப்பாடான ஒழுங்குக்குள் கொண்டுவர முயல்கின்றன. இதில் அதிகார மையங்களின் நேரடியான , மறைமுகமான பங்களிப்புக்களும் இருந்துவருகின்றன. கலைச்சொல்லாக்கம் மொழியைப் புதுப்பிக்கின்றது. அதை இயக்கமுறு உயிரியாக மாற்றுகின்றது. இவை மொழியை அடிப்படையாகக் கொண்ட கலை இலக்கியங்களிலும் தாக்கத்தை ஏற்படுத்துகின்றன. கலைச்சொல்லாக்கத்திற்கு அப்பால் வாழ்வியல் முறைகள் மாற்றமடைகின்ற போது ஏற்கெனவே இல்லாதவை புதிதாக வாழ்வுக்குள் நுழைகின்றபோது அவற்றுக்கான புதிய சொற்கள் தேவைப்படுகின்றன. புதிய சொல்லல் முறைகளைக் கண்டடைய வேண்டிய அவசியம் ஏற்பட்டுவிடுகின்றது. மனித வாழ்க்கை தேங்கிப்போன குட்டையல்ல.

நண்பர்களின் விவாதத்தில் கவிஞர் அமரதாஸின் கவிதை ஒன்றிலுள்ள 'ஒலிரும்' என்ற சொல்லாக்கம் குறித்து விவாதிக்கப்பட்டது. அமரதாஸின் 'இயல்பினை அவாவுதல்' என்ற கவிதைத் தொகுப்பிலுள்ள கவிதை ஒன்றில் மேற்படி சொல்லாக்கம் இடம்பெற்றிருந்தது. அத்தொகுப்புக்கு கவிஞர் கருணாகரன் முன்னுரை எழுதியிருந்தார். அவர் தன் முன்னுரைக்கு 'ஒலிரும் ஓசையும் இயல்பின் மொழியுமாய் விரிதல்' எனத் தலைப்பிட்டு எழுதியிருக்கின்றார். அமரதாஸின் கவிதைத் தொகுப்பு தொண்ணூறுகளின் பிற்பகுதியில்

வெளிவந்திருந்தது. அப்போது வன்னியில் வெளிவந்துகொண்டிருந்த ஈழநாதம் பத்திரிகையில் விமர்சனக் கட்டுரை எழுதியிருந்த தி. தவபாலன் புதிய சொல்லாக்கம் குறித்து கடுமையான விமர்சனத்தை முன்வைத்திருந்தார். மொழியியலாளர்கள்தான புதிய சொற்களை ஆக்கமுடியும் என்ற விதத்தில் அவரது கருத்து முன்வைக்கப்பட்டிருந்தது. அவரது கருத்துக்கு அப்போது எதிர்வினை எழுதப்பட்டபோதும் அதை ஈழநாதம் பத்திரிகை பிரசுரித்திருக்கவில்லை.

தி. தவபாலன் அப்போது முன்வைத்த விவாதத்தின் தொடர்ச்சிதான் இன்னும் தமிழ்ச்சூழலில் நிகழ்கின்றது என்பது பரிதாபத்துக்குரியதுதான் என்றாலும் புதுச்சொல்லாக்கத்தை மொழியியலாளர்களா? படைப்பாளிகளா? குறிப்பாக கவிஞர்களா உருவாக்குகின்றார்கள் என்பது கவனத்துக்குரியதாகவே படுகின்றது. இதற்கான விடையைக் கண்டடைவது ஒன்றும் புதிரானதில்லை. படைப்பாக்கமா? மொழியியல் கட்டமைப்பா? முன்னுக்குரியது என்று யோசித்தால், படைப்பாக்கந்தான் முன்னிலைக்குரியது. படைப்பு மொழி, பேச்சுமொழி என்பவற்றுக்கு ஏற்பவே மொழியின் இலக்கணம் உருவாக்கப்பட்டிருக்கின்றது. அதனால் மொழியின் சொல்லாக்கம் மொழியியலாளர்களாலோ இலக்கணகாரர்களாலோ உருவாக்கப் பட்டதல்ல என்பது வெளிப்படையானது. மொழியில் புதிய புதிய சொற்கள் உருவாவது அல்லது உருவாக்கப்படுவது ஒன்றும் புதிய விடயமல்ல.

மதுஷன் சிவனின் கவிதைத்தொகுப்பின் தலைப்பு 'பரியலம்'. இந்தச் சொல் பரவலான அறிமுகத்தையுடைய சொல்லல்ல. எனது சிறுவயதில் அம்மா இந்தச் சொல்லைப் பயன்படுத்துவதைக் கேட்டிருக்கிறேன். வீட்டுக்குத் தாமதமாக வந்தால் 'பரியலத்தோட ஊர் சுத்திப்போட்டோ வாறாய்' என்று கேட்டபார். பரியலம் என்பது நண்பர் கூட்டத்தைக் குறிக்கின்ற சொல்லாகவே எனக்குப்படுகின்றது. இது பரிவாரம் என்ற சொல்லின் மருவிய வடிவமாக இருக்கக்கூடும். சொற்கள் மருவி மாற்றுவடிவம் பெறுவது இயல்பானது. பேச்சு வழக்கிலுள்ள பல சொற்களும் புழக்கத்தில் மருவிய வடிவத்திற்றான் பெரிதும் பயன்படுத்தப்பட்டு வருகின்றன. சில சொற்களின் வேர்ச்சொற்களே மறைந்துபோயுள்ளன. வேர்ச்சொற்களைக் தேடிக்கண்டடைகின்றபோது அவை மொழிக்குப் புதிய சொற்கள் போன்ற தோற்றத்தைக்கூட ஏற்படுத்திவிடக்கூடும்.

மதுஷன் சிவன் தனது பாடசாலைக் காலத்திலிருந்து கவிதைகள் எழுதிவருகின்றார். அவர் யாழ்ப்பாணம் இந்துக் கல்லூரியில் 2009

ஆம் ஆண்டு வரையிலும் கல்வி கற்றிருக்கின்றார். பாடசாலைக் காலத்திலேயே அவரது கவிதைகள் நகல் பிரதிகளாக சக மாணவர்களிடத்தில் பகிரப்பட்டிருக்கின்றன. அவரது முதலாவது தொகுப்பு 'அதி வனாந்தியள்' 2008 இல் வெளிவந்திருக்கின்றது. தொடர்ந்து 'பிரபஞ்சத்துக்கப்பால் ஒரு வானம்' , 'நீரால் ஆன மலர்' என்பவை 2010 இலும் வெளிவந்திருக்கின்றன. தவிரவும், 2019-2023 வரையிலும் எழுதப்பட்ட கவிதைகள் 'அப்பொழுதில் எனக்கு வயதுகள் இல்லை' என்ற தொகுதியும் வெளிவந்திருக்கின்றது. 'பரியலம்' அவரின் ஆறாவது தொகுப்பு. யுத்தம் தீவிரமாக நடந்து முடிந்த காலத்திலும் யுத்தம் முடிவுக்கு வந்த பின்னரான காலத்திலும் கவிதைள் எழுதியிருக்கின்றார். எழுதி வருகின்றார். யுத்த காலத்தின் கடைசித் தலைமுறையில் வந்த கவிஞர்களுள் ஒருவராக மதுஷனை அடையாளப்படுத்த முடியும்.

மதுஷனின் கவிதைகள், இலகுவான புரிதலுக்கு உரியவையல்ல. சாதாரண தருணங்களை அசாதாரணமான சொல்லடுக்குகளால் கவிதை ஆக்கிவிடுகின்றார். அகத் தூண்டுதல்களை உருவாக்கிவிடுகின்ற கவிதை சொல்லல் முறை இன்றைய கவிதை சொல்லல் முறையின் புதிய போக்குகளுடன் இணைந்து வருகின்றது. கவிஞனின் அகத்தூண்டுதலும் வாசகனின் அகத்தூண்டுதலும் ஒரு வழியில் சந்திப்பது என்பது கவிதையில் பெரிதும் சாத்தியமற்றதே. வாழ்க்கை ஒன்று இயல்பான வழித்தடத்தில் பயணிப்பதில்லை. வாழ்வின் கூறான கவிதையும் இயல்பை மீறியே மதுஷனின் கவிதைகளில் பெரிதும் பயணிக்கின்றன. மதுஷனின் உலகுக்குள் நுழைவதென்பது தனிமையால் கட்டப்பட்ட பேருலகுக்குள் நுழைவது போன்ற அனுபவத்தைத் தரவல்லது. தனிமை என்பதுதான் அநேக கவிதைகளின் மையம். ஒரு வகையில் மையமற்ற மையம் என்று சொல்லிவிடலாம்.

அன்றாடங்களை கவிதையாக்குதலில் மதுஷன் தனித்த அடையாளம் பெறுகின்றார். ஈழக் கவிதைகளில் வாழ்வின் நுண்ணிய தருணங்களைக் கவிதையாக்கும் தன்மை பெரிதும் அருகியே வந்திருக்கின்றது. யுத்தம் பிரமாண்டமான பண்டமாக வாழ்வை நிறைத்துக்கிடக்கையில் அது பற்றிய வாழ்வியலையே கவிதைகள் பெரிதும் பேசின. யுத்தத்தின் தருணங்களுக்கிடையில் நிகழ்கின்ற அரிதான நுண்ணுணர்வுகளை கவிதைகள் பேசியுள்ளன என்பதும் கவனத்துக்குரியது. யுத்தத்தைத் தாண்டி வந்திருக்கின்ற அடுத்த தலைமுறைக் கவிஞர்களிடம் வாழ்க்கையின் நுண்ணிழைகள் ஆச்சரியமூட்டும் விதமாக வெளிப்படுகின்றன. ஆனால் இவற்றில்

பெரும்பாலானவை சொற்களால் நிறைக்கப்படுகின்றவையாகக் காணப்படுகின்றன என்பதும் பரிதாபத்துக்குரியது. மதுஷன் அந்த ஆபத்திலிருந்து தன்னை விடுவித்து அனுபவச் செறிவும் உணர்வின் விரிவும் மிக்க கவிதைகளைத் தொடர்ச்சியாக எழுதிவருகின்றார். அவர் காட்சிகளின் வழியான நுட்பமான பரிமாற்றங்களை வாசகனுக்குள் கடத்துகின்றார். காட்சிகளை செறிவடர்த்திமிக்க அனுபவத்தளமாக மாற்றியமைப்பது நவீன கவிதைகள் கொண்டுள்ள ஒருவகை உணர்த்தல் முறைதான். அநேகமான கவிஞர்களிடம் இது வெளிப்பட்டேயுள்ளது. மதுஷன் இந்த இடத்தில் தனித்த அடையாளத்தைப் பெறுவதற்கு; அவர் பயன்படுத்துகின்ற சொற்கள் கொண்டுள்ள அர்த்தச் செறிவுதான் காரணம். புதிய புதிய சொற்களால் அனுபவத்தின் நுண்வழிகளால் வாசகனை அழைத்துச் செல்கின்றார்.

மனித வாழ்க்கை ஒருவகையில் தொன்மங்களின் வழி கட்டமைக்கப்பட்டது என்றே சொல்லலாம். கடவுள் குறித்து கட்டமைக்கப்பட்டிருக்கின்ற கதையாடல்கள் எல்லா நாகரீகங்களுக்குள்ளும் மூத்த இனங்களுக்குள்ளும் தொடர்ச்சியாக இருந்துவருபவையே. உற்று நோக்கினால் அல்லது கூர்ந்த வாசிப்புக்கு உட்படுத்தினால், இவற்றில் அநேகமானவற்றுக்குள் ஒத்ததான கதையாடல்கள் இருக்கின்றன. தொன்மங்கள் அல்லது மதங்களின் வழியாகக் கட்டமைக்கப்பட்டிருக்கின்ற கதைகளை சமகாலத் தன்மைக்குள் கொண்டுவந்து மறுவாசிப்புக்கு உட்படுத்துவது இலக்கியப் பிரதிகளில் நடந்து வருகின்றது. தொன்மக் கதைகளைப் புனிதமாக்கிப் பேணுகின்ற போக்கு சமூகத்தின் மைய ஓட்டத்தை ஒத்துணர்ந்து பின்தொடர்கின்ற செயல். ஆனால் அந்தக் கதைகளுக்குள் பொதிந்துள்ள அரசியலை, அதிகார நிலைப்பாடுகளைக் கண்டடைந்து அவை பற்றிய கேள்விகளை எழுப்புவது பொதுப்போக்கிற்கு எதிரான திசையில் பயணிப்பது. மதுஷன் தன் கவிதைகளில் மதத்தொன்மங்களைக் கொண்டுவருகின்றார். அவற்றைக் கொண்டு சமூகத்தின் பொதுப்போக்குகளுக்குப் புறநடையான கேள்விகளை எழுப்புகின்றார். இந்து, கிறிஸ்தவத் தொன்மங்கள் மத நம்பிக்கைக்கு அப்பாற்பட்டு சமகாலத்தின் விசாரணைகளாகின்றன.

தனிமை வாழ்வை பெரும்பாலும் அகம் நின்று பார்க்கும் தன்மையை ஏற்படுத்திவிடுகின்றது. தனக்குள் தன்னைக் கண்டடைதலை நோக்கி அழைத்துச் செல்கின்றது. இத்தகைய தன்மை வாழ்க்கையை தத்துவநிலைப் பார்வைக்குரியதாக மாற்றிவிடுகின்றது. மதுஷனின் கவிதைகளில் இந்த விசாரம் அதிகமும் வெளிப்படுகின்றது.

உள்ளுணர்வுகளின் உந்தல்களால் வெளிப்படும் அவரது கவிதைகளில் அகத்தின் சாயல் அதிகமும் உள்ளுறைந்து வாழ்வு பற்றிய தத்துவத்தனத்தைக் கவிதைக்குள் கொண்டுவருகின்றது. விளக்கு, திரி, இருள், ஒளி என்ற சொற்பதங்கள் ஞானத்தின் தேடலை கவிதைக்குள் நிகழ்த்திவிடுகின்றன. இதனால் கவிதை சாதாரண வாசகனுக்கு படிப்பதற்குச் சிரமமாக அல்லது புரிதலுக்குக் கடினமானதாக இருக்கலாம். ஆனால் இவற்றுக்கு மாறாக வாழ்க்கையோடு இணைந்த அனுபவங்களை வெளிப்படுத்தும் கவிதைகளில் வாசகர்கள் தங்களை ஏற்றி தங்களின் அனுபவமாக மதுஷனின் கவிதைகளைக் கொண்டாட முடியும். அலைவும் உலைவுமான வாழ்க்கையின் பல கூறுகளை அவரின் கவிதைகள் கொண்டிருக்கின்றன. சராசரி மனித நெருக்கீடுகளை அவர் கவிதைக்குள் கொண்டுவந்திருக்கின்றார். காட்சிகளாக விரித்துவிடுகின்றார்.

கவிதை பற்றிய பார்வையும் நோக்குநிலையும் அவரவர்களின் புரிதலின் அடிப்படையிலானவை. மதுஷனின் கவிதைகளின் வழி அவரின் கவிதைகள் பற்றியதான புரிதலை இனங்கண்டு கொள்ள முடிகின்றது. ஒரு இலக்கியப் பிரதி வடிவக்கட்டமைப்புக்குள் மட்டும் தேங்கிக்கிடப்பதில்லை. வடிவங்களை உடைத்து காலத்துக்குக் காலம் அது கடந்து செல்கின்றது. இலக்கியத்தின் இயங்குநிலையே இதன் வழிப்பட்டதுதான். மதுஷனின் கவிதைகள் வடிவங்களைக் கடக்க எத்தனிக்கின்றன. பரியலம் கவிதைத்தொகுப்பே இதற்குச் சான்றாகின்றது. பல கவிதைகளில் ஒத்த தன்மையான சொல்லல் முறை அல்லது வெளிப்பாட்டு முறை இருந்தாலும் சில கவிதைகள் அவற்றை மீறி நிற்கின்றன. கவிதை குறித்து உருவாக்கப்படுகின்ற மொண்ணைத் தனமான கருத்துநிலைகளுக்கு அப்பால் மதுஷன் தன்னிலைப் புரிதலோடு கவிதைகளை எழுதுகின்றார். அதுதான் அவரது கவிதைகளுக்குத் தனித்தன்மையை அளித்துநிற்கின்றது.

வாழ்வின் வெளிகளும் பரிமாணங்களும் மாறுகின்ற போது இலக்கியப் பிரதிகளிலும் அந்த மாறுதல்கள் வெளிப்படுவது இயற்கையானதே. மதுஷனின் கவிதைகளில் இந்த போக்கினைக் காணமுடிகின்றது. ஈழச்சூழலில் வாழ்ந்த அனுபவமும் புலம்பெயர் சூழலில் வாழுகின்ற அனுபவம் என இருநிலைத் தளங்களில் மதுஷனின் கவிதைகள் பயணிக்கின்றன. இந்த இருநிலைச் சூழலின் மையமாக பெருந்துயரே நிலைகொண்டிருக்கின்றது. யுத்தத்தின் ஆறாக்காயங்கள் மனநெருக்கீடுகளை ஏற்படுத்திக்கொண்டுதான் இருக்கின்றன. யுத்தம் முடிந்தாலும் பலரின் மனங்களிலும் ஆறாத

வடுவாக அது இருக்கின்றது. மனவடு என்பது ஆழ் மனத்திற்குரியது. பலரும் இந்த மனவடுக்களுடன்தான் அன்றாட வாழ்வைக் கடந்து செல்கின்றனர். வாழ்நிலத்திலிருந்து அந்நியச் சூழலுக்குள் நுழைகின்றபோது, ஏற்படுகின்ற நெருக்கீடுகள் அந்த மனவடுவை மேலும் ஆழமாக்கும் சாத்தியங்கள் இருக்கின்றன. பிரிவு, ஏக்கம் என யதார்த்தத்தின் எல்லா சாத்தியங்களும் வலியால் மனதை நிரப்பிவிடுகின்றன. மதுஷனின் கவிதைகளிலும் இந்த நெருக்கடிகளைக் காணமுடிகின்றது. அவர் வாழ்வைப் பின்தொடர்கின்றார். ஒருவகை அந்நியத்தனத்துடன் அந்தப் பின்தொடர்தல் நிகழ்கின்றது. தன்னை தன்முன்னால் அவர் காண விழைகின்றார். தன்னோடு உரையாடுகின்றார். தானே தன்முன்னால் அந்நியனாக நிற்கின்றபோது, வார்த்தைகளில் இயலாமையும் வெறுப்பும் ஒருங்கு சேர்கின்றன. வாழ்க்கையை ஒரு முதிர்ந்த ஞானியைப் போல நோக்குகின்ற தன்மை மதுஷனின் கவிதைகள் சிலவற்றில் காணக்கிடைக்கின்றது. இந்த உள்ளுணர்வின் தடத்தில் இறங்கிச் செல்வது பல கவிஞர்களிடமும் காணக்கிடைக்கின்ற ஒன்றுதான். ஆனால் பலரது கவிதைகளில் இது சுய புலம்பலாக எஞ்சி நிற்பதைக் காணமுடிகின்றது. ஆனால் மதுஷன் பிறரது அனுபவங்களுக்குள் தன்னை இலாகவமாக நுழைத்துவிடுகின்றார். இந்த நுட்பமான மொழிதல் மிக முக்கியமானதென்றே படுகின்றது.

கவிதை என்பது வெறும் சொற்களால் அமைக்கப்பட்டுகின்ற அடுக்கல்ல. அது வாழ்வின் நீட்சியில் ஏதோ ஒரு மையத்தில் நின்றுகொண்டு வாசகரை வாழ்வை நோக்கவைக்கின்றது. இந்த அர்த்தமுள்ள பார்வை வாசகருக்கு அவசியமானது. எதையும் எளிமையாகப் புரிந்துகொள்ள வேண்டும் என்பது பொதுப்புத்தி சார்ந்தது. இந்தப் பொதுப்புத்திக்கு உட்பட்டவையல்ல மதுஷனின் கவிதைகள். வாசகரின் செயலாற்றுகையை அவை வேண்டி நிற்கின்றன. அர்த்தமும் செறிவடர்த்தியும் மிக்க மதுஷனின் கவிதைகள் ஈழத்துக் கவிதைச் செல்நெறியில் புதிய போக்கின் வழியில் செல்ல முனைகின்றன. அவரது கவிதைகள் பரந்த வாசிப்புக்கு உட்படுத்தப்பட வேண்டும். நவீன கவிதை பற்றிய உரையாடல் வெளிகளைத் திறந்துவிட வேண்டும்.

சித்தாந்தன்
கோண்டாவில், யாழ்ப்பாணம்.
23.02.2025

- சுற்றிலும் பூனைகள்
நானாக மாறும், கூச்சலிடும்
முன் புறத்து வலது காலை மடக்கி முகத்தில் ஒரு எத்தாய் எத்தும்
பின் ஒரு தடவையாவது கடவுளராய் இருந்தவர்களுடன்
உரையாடும்

- முடிவில் ஒரு நீராடல்
  ஆடை மாற்றுதல்
  அனுப்பி வைத்தல்
  நதி புரள்வதைப்போல
  கல் தட்டுண்டதும் உயிர்த்தெழுதல்
  நியாயமாகப்பார்த்தால்
  எதிர்குரல் கொடுத்திருக்க வேண்டும்
  நிகழாதது வருத்தம்
  நீண்ட உரையாடல் மட்டுமே நிகழ்ந்திருக்கிறது
  வேண்டப்படுவது வெளிச்சம்
  எங்கு கிடைக்கிறதோ அங்கெல்லாம் தான் கால்கள் நகரும்
  இதற்கு
  "அங்கெல்லாம் மட்டும்" என்பதே பொருள்

- ஊர் மனைகளில் சிமினி விளக்குகள் வெளிச்சமாயிருக்கும்
கூடல்களில் இருந்து பிளிறும் தவளைகளை தாமதமாக இரவு தின்னும்
மென்னுயிர் தேகத்தைப்பிரிந்து வேறொரு தளத்தில் காமுறும்
ஒற்றைப் பூவுலகம் கீழ் இத்தனை மழைத்துளிகள்
இவ் இரவு எப்படி இத்தனை பாரத்தைத் தாங்கும்

● தெருக்களில் ஒளிரும் மின்விளக்குகளுள்
ஒளிந்து போய்விடும் தருணத்தில் நகரும்
ஒவ்வொரு பாதங்களும் வெளிச்சத்தின் கண்களின் ரூபம்
நெடு நாழிகை கடந்தும் ஒளிரும் மின்மினி
இறக்கைகளைப் பரிகசித்திட
ஒளி மறைந்து சோபையிழந்த
சூரியக்குவியலில் ஓரிடத்தில் பெயர்தொலைத்துக்கிடக்கும்

- ஆழ் நிலைத் தூக்கத்தில்
  ஒரு யூக்கலிப்டஸ் மரம் துளிர்க்கிறது
  என் மரபனுவில் இரண்டு உயிரிகள்
  அல்லது அவைகளின் மரபனுவில் நான்
  பிரபஞ்சம் மீள் சுழற்சிக்கு வந்த நாளில் இருக்கிறோம்
  ஆத்மாக்கள் மொத்தமாய் கொட்டப்பட்டு எரியூட்ட தயாராகிறது
  இறுதியாக ஒரே சுவையுள்ள
  இரண்டு ஆப்பிள்களை
  கடவுள் புசிக்கிறார்

● மிருகம் இருந்தது,நடந்தது
பார்க்கும் அத்தனையையும்
கொன்று தின்றது
முடி கொட்ட என்புருக கிடந்து மடிந்தது

குளம்படிகளுக்கு பறவைகள் பயந்தன
மிருகங்களும் பயந்தன
வனமே நடு நடுங்கியது
உண்டகளைப்பு தீர உறங்கப்போகும்
காடு விழித்துக்கொள்ளும்
தனக்குள் பேசும்
பறவைகள் இறக்கைகளை சரி செய்யும்
சுருண்டு கிடந்த அரவம் சரசரத்து நகர்ந்திடும்

சிலுவையில் அறைந்து விட்டபடி ஞானக்கோப்பையைத் தருவதில்
எந்த இடர்பாடுகளும் இல்லை
ஞானத்தைப்பருகுவேன்
ஒளிர்விடுவேன்;

● பரதவர்க்குத் தெரியும்
மீன்களை மயக்கும் பாடல்கள்
ஒரே பாடலுக்கு ஒவ்வொரு பொழுதும்
மயங்கும் மீன்களுக்கு
மாந்தீரிகத்தின் மொழியில் ஏதோ ஒரு பெயர்
உறைந்து நிற்றல் உண்டு
கல்லாகிப்போதல் உண்டு
பறத்தலும் பறக்கவைத்தலும் கூட உண்டு
கூடுதலாய் கூடு விட்டு கூடு பாயும்
ஞானமும் உண்டு
நாங்கள் ஒரு கட்டற்ற
கலகத்திற்குள் கலந்துள்ளோம்

● ஒளிர்ந்து கொண்டிருக்கும்
ஏழு விளக்குகளில்
எதாவது ஒரு விளக்கை
அனாமதேயமாக அணைத்திட வேண்டும்
அப்படியே ஒவ்வொன்றாய்
அணைத்து வாருங்கள் எல்லாம்
அணைத்த பின் மொட்டையாக
விளக்குகள் மட்டும் மிஞ்சும்
வெளிச்சத்தை இப்பொழுது காண முடியாது
ஏழு விளக்குகள் இருந்தும் எதுவும் ஒளிராது
வெளிச்சத்தைத் தேடி அலைவீர்கள்

சூரியன் எப்பொழுதும் இருக்கிறது
பூமிதான் இல்லாது போகிறது
சமயங்களில் மின்மினிகளின் முகமூடியுடன் சூரியன்

- யானையில் வருபவனுக்காகக் காத்திருந்தார்கள்
குதிரையில் வருபவனுக்காகக் காத்திருந்தார்கள்
யானையும் குதிரையும்
அதன் அதன் பாட்டில் போனது
நடந்தே வந்தான்
"அட பாகன் என்ன இவ்வளவு தேஜஸாக இருக்கிறானே"
என்றபடி கடந்து போனார்கள்

● யன்னல் வழி பார்க்கும் கண்களுக்கு
அடுத்த வீட்டின் முகட்டில்
மேலே பறக்கும் பறவை ஒன்றின் நிழல் விழுவது தெரிகிறது
கண்களுக்கு மட்டும் தான்
மற்றபடி அடுத்த வீடு பறந்தபடிதான் இருக்கிறது

● தாமதியாது வரும்படி அழைக்கப்பட்டேன்
மூச்சிரைக்க இரைகொள்ளப் பணிக்கப்பட்டேன்
வியர்வை கரைய கரைய
கரைந்து போனது தேகம்
தூரமாய் பிரகாசத்தில் ஒரு முகம்
பின்பகலில் காலிடறி சரிந்த காட்டின்
முதுகில் ஏறி அமர்ந்து
முகத்தை முகம் பார்க்க
கழுத்தை சற்று எட்டி உயர்த்த வேண்டி இருந்தது

வினோதமான காலத்தின் பறவை ஒன்றின் கருமுட்டை மீந்திருந்த
கூட்டின் தாழ்வாரத்தில்
முகமொட்டி குப்புறக் கிடக்கிறேன்
முட்டையைக் கவ்விக்கொண்டு ஒரு பூனை
என் முதுகில் பாய்ந்து ஓடி மறைகிறது

- விடுவித்துக்கொள்ளுதல் என்று
ஒன்றுமில்லை
இரவிடமிருந்து பின் பகலிடமிருந்து
தரையிடமிருந்து பின் கடலிடமிருந்து
அலைதலிலிருந்து பின் வாழ்தலிலிருந்து
கண்ணீரிலிருந்து பின் புன்னகையிலிருந்து
என்னிடமிருந்து இருந்து பின் என்னிடமிருந்து

- சம்பிரதாயப்பூர்வமன அட்டைப்படங்கள்
பறவைகளுடன்,வானத்துடன்
ஆழ்துயரில் நட்சத்திரங்களுடன் மின்னுகின்றன
இயந்திரத்தின் பாகங்களைப்போல்
நிகழ்வதைக்குறித்து எனக்கு எந்த அபிப்பிராயங்களுமில்லை
ஒன்றோ இரண்டோ பிரியங்கள் உதறிப்போகலாம்
ஒரு உருப்பெறாத கடவுளின் மீது
கட்டமைக்கப்பட்ட கற்பனைகள் போலொன்றை செய்து
அதன் கபாலத்தில் குடியிருக்க தயாராகிறேன்

ஒவ்வரு கனிகளாய் கடவுள் சுவைத்துப்பார்த்து
படைத்திருக்க வாய்ப்புகளில்லை
ஒரே கோரலில் கனிகளாக விரும்புபவைகளை கனிகளாக்கி இருக்கலாம்
எங்கேயாவது ஒரே குரலில் மௌனம் வெளிப்படுமாக இருந்தால்
அங்கே எப்பொழுதும் மழை பொழியும் என ஒரு சந்தோசத்திற்காக
சொல்லி வையுங்கள்
மலைகளாக இருக்கும் இடமெல்லாம்
வெளிகளாக இருந்திருக்கலாம்
ஒன்றோ இரண்டோ மனிதர்களின் குரல்
மலைகளினூடு தவழும் காற்றில் மிதப்பதாய்
தெரிகிறது

நான் ஒரு செம்மறியாடாகவிருந்தேன்
ஒரு குடிலுக்குள் தவமிருந்தேன்
இப்பொழுது பூனையாகவிருக்கிறேன்

- அங்க அங்கமாய் செபித்து ஆகுதி ஆக்கிய
என் தேகத்தை
உருக்கி பானமாக்கி
அமிர்தமாய்க் குடித்தவர்களை
ஒவ்வருவராய்ச் சந்திக்கிறேன்
சந்திக்கப் போகிறவர்களும் அந்தக் கூட்டத்தில் ஒருவராய்தான்
இருந்திட முடியும்
தர்ப்பைப் புல்லுடன் நனைந்த
என் மோட்சக்குடம்
இப்பொழுது எங்கிருக்கிறதோ தெரியவில்லை
என் முதல் பயணத்திலும்
இறுதிப் பயணத்திலும்
கூடவே பயணித்த மரஅணிலொன்று இருக்கிறது
அது இப்பொழுது என்ன செய்தபடி இருக்கும்
என்றறியும் ஆவல் மேலிடுகிறது
கூடவே என் தேகம் உருகுவதாக படுகிறது
ஒரு கூடாரம் நிறைய திராட்சைகளை நிரப்பி
வைன் ஆக்கியபடி இருக்கிறார்கள்
சாதுர்யமாகக் கூடாரத்தில் குதித்து
வைனில் நீராடி எனக்காகவும் ஒரு துளியை பருகியபடி இருக்கலாம்

- மூப்பின் வழி தொடரும் சாபத்தின் தொடக்கம்
  விடமேறிய பாம்பின் தலையில் சென்று முடிகிறது
  ஆற்றில் கால் நனைத்த பாம்பின் பற்கள் ஆற்றை உய்யவிடதபடி
  உறைந்து போயிருக்கிறது
  அந்த ஆற்றின் போக்கிலேயே அத்தனை விதைகளும் வீசப்பட்டன
  வீசியவன் கால்களையே பாம்பின் பற்கள் கவ்வ நினைத்திருந்தன
  அது முதல் உயிர்த்திருக்கும் மரமொன்றின் நிழலில்
  துயிலும் என் கனவில் முதல் துளிரின் ஞாபகம்
  பழுத்த இலைவிழுந்து கலைந்த கனவில்
  என் கால்கள் நதியின் போக்கில் இருந்ததைக்
  கண்டு ஆற்றைக் கவ்விய பற்களால் சிரித்தபடி பாம்பு கண் விழித்தது

- நெருக்கடி நிறைந்த நகரத்தின் பாதையில் பயணிக்கிறீர்கள்
எதிர்ப்படும் எல்லாமுகங்களையும் ஒவ்வொரு முகங்களாய் உற்றுப் பாருங்கள்
பார்க்கும் முகங்களிலெல்லாம் உங்கள் முகத்தின் ஜாடையில்
மிகச்சிறிய அளவிலேனும் உங்களைப் பார்க்க முடிந்தால் மௌனமாகக்
கடந்து போங்கள்
உங்களை நோக்கி அவர்களது தலை மெதுவாய் சாயும்
கண்கள் உற்று நோக்கும்
உங்களுடைய மாம்சம் அவர்களிடம் இருக்கிறது
அல்லது அவர்களுடைய மாம்சம் உங்களிடமிருக்கிறது

● கண்களை மூடி தூக்கத்துள் நகர்கிறேன்
ஆழ்மன இருளில் இரண்டு மதுக் குவளைகள்
மோதுண்டு நொருங்கிப்போயின
உள்ளிருந்த மது என்னுள் பாய்ந்து
ஆறாய் ஓடி
ஆழ்மன வெளிச்சத்துள் நிரம்புகிறது

நீங்கள் தூண்டிலை வீசி சின்னதாய் ஒரு மீனை தான் பிடித்து வந்தீர்கள்
உங்கள் பாத்திரத்தினுள் ஆழப்பெருங்கடல் துடிக்கிறது

● ஒரு முகமிருக்கிறது
காணக்கிடைக்காத
வார்த்தைகளில் அடங்காத விம்பமாய் விழாத சௌபாக்கியங்கள்
கொண்ட முகமாய் நினைவில் இருக்கிறது
மழையில் ஒருதுளி அந்த முகத்தில் வீழ்ந்ததும்
கண்விழித்ததும்
பார்த்த முகம் என்றென்றைக்கும் ஞாபகத்தில் இருந்தது

எந்த காலங்களாலும் கவ்விக்கொண்டு போக முடியாத படியாக
எந்த தேவதேவியர்களாலும் எடுத்து மாட்டிவிட முடியாத படியாக
வெளிச்சத்தில் வெளிச்சமாக இருக்கும் படியாக
சபிக்கப்பட்டது
அண்டங்களுக்கான வெளிச்சத்துடன் தனக்கென இருளை சுமந்து
உண்டு உறங்கி தின்று களித்து
காலம் முழுவதையும் நிகழ்த்திவிடும்
கனவுகளுக்கு தத்து கொடுக்கப்பட்டிருக்க நேர்ந்தது

முகமூடிகளை அடித்து துவைத்து வெளுத்து காயப்போடும் சுவற்றில்
அத்தனை முகமூடிகள்;

ஒன்றேனும் உருக்குலையாமல் இல்லை

● ஆராதிப்பதில் ஒற்றை ஆற்றாமை இருக்கிறது
ஆளுயரச் சிலை செய்து ஒரு களங்கமற்ற அன்பை ஆராதிக்கிறேன்
பின் தீயில் பொய்கை செய்து அதில் மூழ்கடிக்கிறேன்
நானும் ஒரு தீயின் சுடர் தான் என்பதால்
எல்லா அன்பின் மூலமும் என்னுள் எரியவிட்டு
வேடிக்கை பார்ப்பதென் விளையாட்டு
பேரொளியின் குரலாய்ப் பாடுவதற்குப் பேரானந்த பிரள்வு என்னிடமுண்டு
ஒரு ஒற்றை சொடக்கில் பல மாயநிகழ்வுகளை
நிகழ்த்திவிட்டு அமைதி எனும் பெயரில்
போர்மேகத்தில் ஒரு துளியாய் விழ்ந்து அத்தனையையும் பற்றவைத்து
பின் அணைப்பது போல் ஒரு கரிசனைக் கோலம்
போய் வரும் அத்தனை பேரிடமும் தன்னைத் தத்தெடுத்துத் தாலாட்டி
சீராட்டும் கோரிக்கையுடன் மன்றாடும்
பேரவலத்தின் மிச்சமாக அழுது ஆர்பாட்டம் செய்யும் குழந்தையின்
கண்களில் நான் மடிந்து கிடப்பதை நீங்கள் யாரும் கவனித்திருக்க மாட்டீர்கள்
இருந்தாலும் உங்களுக்காகவே இந்தத் கண்ணீர்

- நீங்கள் பார்க்கும் முகம்
  அது என்னுடையதே இல்லை
  எனக்கென்ன வந்துவிடப்போகிறதென கடந்து விடும் தூரத்தில் என்
  காலத்தை நிறுத்தி வைத்திருக்கிறேன்

  காலம் அது அதுபாட்டுக்குப் போய்விடும்
  அனைத்தும் கடந்து விட்டதன்பின்னும்
  நான் இருப்பேன்
  என்றிருந்தால் அன்றென் முகத்தை உங்களால் காணக்கிடைக்கும்
  காணும் எல்லா முகமும் என் முகத்தின் சாயலில் என்பதால்
  "முகம் என்றால் முகம் மட்டும் இல்லை"

● வெளிச்சத்தினுள் இருள் இருப்பது இங்கே தான்
ஒளிபடும் தொலைவில் தொலைந்திருக்கும்
ஈர்ப்பில்லா மகிமை நான்
தேன்சுவை ஊறி ஈரம் ததும்பி காமுறும்
தீதம் அதீதமாய் ஒளிர்விடக்கண்டேன்
என் ஆத்மாவின்பால் ஆகுதியாகினேன்
அனுமானம் இல்லா வெளி எல்லாம்
தேகமாய்ப் புணர்வேன்
என் நதியின் திசையில் காற்றை
அனுப்பி வைப்பீர்
ஓடத்தின் முகத்தில் பாதைவரும்
ஏதாவதொரு பறவையின் கீச்சொலி தட்டி கண் விழித்திருந்தாலே
போதும் என்றிருக்கும் என் ஆற்றாமை தீர்ந்துவிடக்கூடாதா

நான் எங்கெல்லாம் மிதக்கிறேனோ
அங்கெல்லாம் பாய்கிறது
யன்னல் திரைகளை மீறியும் வரும் வெளிச்சம்
தோணியில் மோதும் அலைகளைப்போல
தொட்டுப் போகும் சூரியனிடம்
பகல் ஒன்றும் இரவினைப்போல் இல்லை
என சொல்லி விடுகிறேன்

- நான் ஒரு ஆப்பிளைத் தருகிறேன் சாப்பிடுங்கள்
  பின் அதன் சுவைபற்றி சொல்லுங்கள்
  பின் அதைப்பற்றி எழுதலாம்
  பின் சற்று தூரம் நடந்து சென்று
  விதைகளைப் பதியம் வைப்போம்
  பின் சில நாட்கள் காத்திருந்து துளிர்க்கிறதா என்று பார்ப்போம்
  பின் சில வருடங்கள் காத்திருந்து துளிர் விட்டது ஆப்பிள் மரமா
  என்று பரிசோதிப்போம்
  பின் பூக்கும் வரை காத்திருப்போம்
  பின் காய்க்கும் வரை காத்திருப்போம்
  பின் கனியும் வரை காத்திருப்போம்
  அதில் ஆப்பிள் கனிந்தால் எனக்கு
  ஆரஞ்சு கனிந்தால் உங்களுக்கு.

● ஆகாயத்தின் கண்களைத் திறந்து என் கண்களை மூடிக்கொள்கிறேன்
கண்களை மூடிக்கொண்டதால் ஆகாயத்தின் கண்கள் என் கண்களானது
என் தேகத்தில் மிச்சமாயிருக்கிற
ஆதிக் கலவியின் மொச்சையுடனான குறி
கரகரப்புடனான குரல்
வெளிச்சத்துடனான கண்கள்
விரிந்தகன்ற காதுகள்
கொடூரனின் பற்கள்
காமனின் தாடைகள்
மிருகமொன்றின் முகம்
என் தேகம் மீதமாயிருக்கிற
ஆதி ஆணின் ரோமங்களிலான கூடு.

- நீங்கள் முன்னெப்போதாவது அறிமுகம் உள்ளவர்களா
உள்ளவர்களெனில் வேண்டாம்
இல்லை எனில் உள்ளே சென்று உட்காருங்கள்
சுவற்றில் தொங்கவிடப்பட்டிருக்கும் ஓவியங்களைக்
கண்இமைக்காது பாருங்கள்
அதில் இருப்பவர்களை மனிதத்தேகத்துடன் பார்த்திருக்கிறீர்கள்
என்றால் வேண்டாம் இல்லை என்றால் ஆடைகளை சரி செய்யுங்கள்
உங்களிடம் சில கேள்விகள் கேட்கப்படும்
பதில் உண்டெனில் வேண்டாம் இல்லை எனில்
உள்ளாடைகளை மேசையில் வைத்துவிட்டு படகில் விரைந்து ஏறுங்கள்
நீங்கள் படகில் நதியின் வெளியில் கலவி கொள்ள பணிக்கப்படுவீர்கள்
தயக்கம் இல்லை எனில் வேண்டாம் உண்டெனில்
களைந்த ஆடைகள் அனைத்தையும் நதியில் வீசுங்கள்
ஒரு தோட்டத்தைக் கண்டடைவீர்கள்
மறந்திருப்பீர்கள் பார்த்ததும் ஞாபகம் கிடைக்கும்.

- ஒரு ஆப்பிளை துணியைப்போல கத்தரித்து
அடுக்கப்பட்டிருக்கும் விதைகளை வெளியே எடுக்கும் முயற்சி
சிறப்பாக கை கூட
கூர் தீட்டப்பட்டு அடுக்கப்பட்டிருந்த வரிசையில்
ஆதியில் இருந்து அந்தம் வரை ஒவ்வன்றாகப் பரிசீலித்து ஏதுவானதைத் தேர்ந்தெடுத்து
இறுதிப்படுத்தியதை ஏகமனதாகத் தீர்மானித்து
எண்ணெயில் பின் கிறீசில் தோய்த்து துணியில் துடைத்து
காயவைத்து கையில் எடுத்து கண்ணில் ஒற்றிக்கொண்டு ஆப்பிளை
துணியைப்போல் கத்தரிக்கத் தொடங்க வேண்டும்
விருப்பம் உங்களது
இரண்டு நான்கு எட்டு
இவ்வாறாக துண்டுகள் கிடைக்கும்
முயற்சி விதைகளை வெளியே
எடுப்பதற்கு தான் ,அன்றி
துண்டுகளைச் சுவைப்பதற்கில்லை
கைகளில் கிடைத்த விதைகளைப் பத்திரப்படுத்தி
பின் ஆப்பிளைப் பொருத்தத் தொடங்க வேண்டும்
துண்டாக்கப்பட்டவைகளை ஒழுங்கு பிசகாது
ஒழுங்கு படுத்த வேண்டும்
முடிவில் ஆப்பிள் பூரணப்படும்
மறுபடி விதைகளைத் தயாரிக்கத் தொடங்கும்.

- ஒரே ஒரு மனிதனை மட்டுமே
சந்தித்த விலங்கு
ஒரே ஒரு மனிதனை மட்டுமே சந்தித்த மரம்
ஒரே ஒரு மனிதனை மட்டுமே
சந்தித்த பறவை
ஒரே ஒரு மனிதனை காலத்துக்கும்
சுமக்கும் வீடு
ஒரே ஒரு மனிதனே காலத்துக்கும் பயணிக்கும் பாதை
ஒரே ஒரு மனிதனுக்கான பசி
ஒரே ஒரு மனிதனுக்கான காமம்
ஒரே ஒரு மனிதனுக்கான கடவுள்

● ஆற்றின் இரண்டு கரைகளைக் கண்டடையுங்கள்
ஒரு கரையில் இருந்து மறு கரையிற்கு ஓடத்தைத் தயார் செய்யுங்கள்
ஓடம் ஒரு நேர் கோட்டில் பயணிக்கும் படி பார்த்துக்கொள்ளுங்கள்
வழிகளில் எத்துப்படும் மீன்கள் மோதிச் சீதிலமாகட்டும்
புண்ணியம் பார்த்தால் ஓடம் தாழ்ந்துவிடும்
ஓடம் சுமப்பது காமத்தை
அதற்குப் புண்ணியம் தேவையற்றது
மறுகரையில் சமர்ப்பிக்கும் வரை
காமம் உங்கள் காவலில் இருக்கட்டும்
மறுகரை சேர்ந்து உருப்பெறும் வரை.

- ராயரில் வரிசையாக மாட்டப்பட்டிருந்த ஆடைகள் குலைக்கப்பட்டது
அறைக்குள் அவன் வந்துவிட்டான்
ஒவ்வொரு விதமான கிளர்ந்தெழல்களை ஒவ்வொரு ஆடைகளும்
ஒளித்து மறைத்து உள்ளாடை போல் உள் வைத்திருக்கின்றன
ஆடைகளை
அள்ளி வீசுகிறான்
அணிந்து பார்க்கிறான்
மோந்து பார்க்கிறான்
உரசிப்பார்க்கிறான்
புணர்ந்து பார்க்கிறான்
திருப்தியில்லை
அவன் திருப்திப்படும் படி
அந்த ஆடைகளிடம் ஒன்றுமில்லை.

● எல்லையற்ற வனாந்தரம்
எல்லையற்ற கடல்
எல்லையற்ற வானம்
பெருநெருப்பில் கொஞ்சம் வெளிச்சமுண்டு
கொஞ்சம் வெப்பமுண்டு
கொஞ்சம் எல்லையற்று ஊறும் இருளும் உண்டு
இருளின் பாதை முடிவற்றது
வாலை நீட்டி தூரமாய் ஆழமாய் ஆதி வெளியில் பரவிச்செழித்திருக்கும்
அரவம்
பார்வைக்குத் தெரிவது
கூரிய கண்கள்
கூரிய பற்கள்
ஒரு சிறு முகம்.

- ரூபம் பின் அரூபம்
  நிழல் பின் பிரதி
  ஒடுங்கி ஒடுங்கி ஒடுங்கி வெளியேறுகிறது
  பிரார்த்தனை பின் அழைப்பு
  ஆழ்ந்த இருளின் ஒப்பாரி வெளிச்சம்
  திரி மூண்ட விளக்கினைத் தாங்கும் கரங்களைத்
  தாங்கும் இருள் விளக்கின் வெளிச்சத்தில்
  அரூபம்
  விளக்கு ரூபம்
  வெளிச்சம் நிழல்

- பசித்தலையும் மிருகம்
  பசியுடன் இருக்கும் மிருகம்
  பசிதீர்ந்திட்ட மிருகம்
  ஒவ்வொன்றிற்கும் வெவ்வேறு தேகம்
  ஒவ்வொன்றிற்கும் வெவ்வேறு கண்கள்
  ஒவ்வொன்றிற்கும் வெவ்வேறு குறிகள்

● மகாநதியில் இல்லாத மீன்களே இல்லை
என்று மச்ச அவதாரத்தின் காலத்தில்
நாராயணனிடம் நான்முகன் சொல்லும்போது
மச்ச அவதாரத்தில் செதில்கள் உயிர்பெறத்தொடங்கி இருந்தன
பெண்மை ரூபமான நாராயணன்
மச்ச கன்னிகையாக உருமாறப்போகிறேன் என்றார்
மகாநதியில் உருக்கொள்ளுமாறு விரும்பினார் நான்முகன்
சம்மதித்துத் தயாராகிய நாராயணன்
மகாநதியில் மீன்களே இருக்கலாகதெனக் கட்டளையிட்டார்.

- இந்தப் பாதையில் இருந்து பார்க்கையில்
  மேட்டுப்புறமான மலை உச்சியில்
  எங்கோ எங்கோ எங்கோ தூரத்தில்
  மனிதன் நடந்து கொண்டிருக்கிறான்
  நாய் புரண்டுகொண்டிருக்கிறது
  வண்டி உருண்டு கொண்டிருக்கிறது
  பறவை பறந்து கொண்டிருக்கிறது
  நானோ இங்கு
  சிக்கு புக்கு சிக்கு புக்கு என
  ரயில் விட்டு விளையாடிக்கொண்டிருக்கிறேன்.

● அந்தரத்தில் தொங்குவது போல் ஆக்கிவிட்டிருக்கிறது பிரம்மபோதம்
சிறைப்பிடித்த சிலந்தி கச்சிதமாக வலையினைப் பின்னி விட்டிருக்கிறது
ஊடாடும் சந்ததிகளுக்கிடையில்
அன்பாகி பிரவாகிக்கிறது
காதலாகி உருகுகிறது
கண்ணீர் ஒத்த காமம்
ஒரு போர்வைக்குள் ஒளிந்து
மூண்றாம் நபர் போல் வேலை செய்கிறது

மேசியாவின் ஆடுகளின் கண்களில் ஒளி இல்லை
மொத்தமும் மேசியாவிடமே இருந்தன
ஞானத்தை கொண்டுள்ளோரே சுவிசேஷம்
என் ஞானம் உங்களுக்கானது
உங்கள் இரத்த வழி பயணப்படும்.

- உள்ளார்ந்து ஒரு வெள்ளம் பெருக்கெடுத்தோடுகிறது
எரிமலைக்குழம்பின் சாரத்துடன்
பெரு நெருப்பு கிளர்ந்தெரிகிறது
மலைகளைப் புரட்டியபடி புயல் ஒன்றின்
முகம் அங்கேயே தங்கி நிற்கிறது
யாருக்கும் தெரியாதது
நீங்கள் ஒளிந்திருக்குமிடம்
நான் சொல்லப்போவதுமில்லை
நீங்கள் தான் என்னைக் கண்டதன் பின்
நான் ஒளிந்திருப்பதாகச்
சொல்லிவிடப்போகிறீர்கள்.

- கால்கள் இரண்டில் இரத்தம் சொட்ட சொட்ட
நடந்து கடலை அடைந்து விட்டபின்னும்
கடல் தள்ளித்தள்ளிப் போவது யாரிட்ட சாபம்

முட்கம்பிகளால் கட்டப்பட்டு வீசப்படும் உடல்கள்
நிறையும் கடலின் ஆழத்தில்
கபாலத்தில் சில உயிரிகள் வாழப்பழகிக்கொள்ளும்

பெண்டூலம் போல அங்குமிங்கும் ஆடி அசைந்தபடி
இருக்கும் சிலுவையை நிதானமாய் நிறுத்தும்
ஒரு இயேசுவைக் கண்டடைய வேண்டும்

எப்படி முள் கிரீடம் மட்டும் போதும்
ஒரு பூவினையாவது சேர்த்து சூட்டி இருந்தால்
கிரீடம் என்கிற பெயரிற்கு அழகாயிருந்திருக்கும்

எதுவும் சொல்லாமல் சிலுவையில் வந்து அடைந்து கொண்டீர்களே
உங்களிடம் கேள்விகளே இல்லையா அல்லது
எங்களிடம் பதில்கள் இருக்காது என நினைத்துக் கொண்டீர்களா

- மாமிசத்துண்டுகளை எடுத்து
 சிறிய சிறிய துண்டுகளாக நறுக்கி
 பாத்திரத்தில் நிரப்பி நீர் ஊற்றி கொதிக்க வைத்துக்
 காத்திருக்கவும்
 கால்கள் கடுக்கக் காத்திருக்கவும்
 வியர்வை சிந்தக் காத்திருக்கவும்
 மாமிசத்துண்டுகள் மெது மெதுவாக கொதி நிலை அடைந்து
 ஒவ்வொன்றாய் ஒட்டிக்கொள்ளும்
 நீர் குருதியாய் உருவடைந்து பிணையும்
 இறகுகள் உருப்பெறும்
 பறவையின் அடிப்படை அங்கங்கள் உருக்கொண்டு
 சில மணிகளில் முழுமை பெறும்
 பறவை மெதுவாய் இறகுகளை அங்குமிங்குமாய்
 அசைக்கும் பின் விரைவுபடுத்தும்
 வெப்பம் தாங்காது பறவை பறக்கும்.

- வனப்பு குறையாமல் இருக்கும்
விசேஷங்களின் வெளிச்சம்
அதி அற்புதங்களை நிகழ்த்தும்
ஒளியில் ஒளி முழுமையடையும்
நாளில் அமுதக்கடல் ஆர்ப்பரிக்கும்
பொங்கிப்பிரவாகிக்கும் புரளும்
கரை கடந்து பாயும்
கண்களில் ஒளி ஏற்றி காணும் இடம் எல்லாம்
வெளிச்சம் பற்றவைத்து
இருளில் ஒளிந்து கொள்ள முடிதல்
ஒரு புலியின் உறுமலை
பாம்பின் சீற்றத்தை
மானிடப்பசியில் இருந்து முன்நகர்ந்து
மானிடப்பிணியில் இருந்து விடுபடல்
நிகழும்

மல்லிகைப்பூவை முகர்ந்து பார்த்து கடந்து விட
ஆழக்கிணற்றில் கயிற்றைக் கட்டி இறக்கப்படும்
தரைதட்டியதும் படர்ந்திருக்கும் பச்சைப்பாசிகளை
முகர்ந்து பார்க்கவேண்டும்
மறுபடி வெளி வந்து துண்டாடப்பட்டிருக்கும்
எலி ஒன்றின் இரண்டு பாகங்களையும்
அங்கொன்றும் இங்கொன்றுமாக வீசவேண்டும்
எலியினை முகர்ந்து கொண்டு
ஒரு பூனை புலப்படும்
புலப்படும் பூனை எலியின்
தலைப்பக்கமாகவோ வால்பக்கமாகவோ
எந்தப் பக்கம் பாய்ந்தோடுகிறதென்பதைப் பார்த்தறிந்து
அந்தப்பாதையில் நடந்தால்
சாரை சாரையாக பல்லிகள் செத்துக்கிடக்கும்
ஒன்று விடாது எண்ணிக்கொண்டு வந்து சேர
முகர்ந்து கடந்த மல்லிகைப்பூவின் எண்ணிக்கைக்கு
சமப்படும் இல்லாது போனால்
புலியும் முள்ளம்பன்றியும் விளையாட்டு காத்திருக்கும்.

- சீறிப்பாய்ந்து பாதையைக் கடந்து மயானக்காட்டுக்குள் சென்று
மறைந்தது அடிமாடுகளை ஏற்றியவண்டி
மாடுகளை இறக்கி அறுவைக்கு இழுத்துப்
போகிறவர்கள் கண்கள் கொஞ்சம் பெரியது
இமைகள் அதைவிடவும் பெரியது
காதுகள் மிகவும் சிறியது
கைகளை சுமக்கும் அளவுக்கு கால்கள் போதாதது
நடக்கும் பாதையில் பாதம்
தாள இறங்குகிறது
மயான வெளி காதுகளைத் திறக்கிறது
காற்றில் அசையும் இலைகள் கண்களை மூடுகின்றன
ஆடி ஆடி ஆடி ஆடி சாய்வாய் புற்களை மேய்ந்து
தகரக்கொட்டாயைப் பார்த்ததும்
சாணியைப்போட்டு மூத்திரத்தைப் பெய்து
படுக்கைக்குத் தயாராகின மாடுகள்

●

தேனைத்தடவி அமிர்தம் ஊறும் மாங்கனியைத்
துண்டுகளாக்கி ஒரு துண்டை எனக்குத் தாருங்கள்
அந்தத் துண்டைத் துண்டுகளாக்கி நானும் ஒரு துண்டை எடுத்து
மீதியை என்னவர்களுக்குத் தருகிறேன்
அவர்கள் ஒவ்வொருவரும் அந்தத் துண்டைத் துண்டுகளாக்கி தாங்களும்
ஒன்றை எடுத்து மீதியை
சார்ந்தவர்களுக்குத் தருவார்கள்
பின் அவர்களும் அவர்களின் அவர்களும் என
கனி பகிரப்படும்
வெளிச்சத்தில் இருந்து அரவம் விலகி நகர்கிறது
கனியின் துண்டு கிடைக்காதவர்களைக் கண்டடையும்
மட்டும் பாம்பின் தலையும் வாலும் வேறு வேறு உயிரிகளாகவிருக்கும்.

● பலூன்களில் காற்றை நிரப்பி பறக்க விடும் முன்
பலூன்கள் ஒவ்வொன்றையும் அணைத்து முத்தமிட்டு
கைகளால் உரசி முகர்ந்து பார்த்து பின் கைவிடுகிறார்கள்
பலூன்கள் மெது மெதுவாக வேகமெடுக்கின்றன
அங்கும் இங்கும், இங்கும் அங்குமென அசைகின்றன
காற்றின் உதைப்பில் கீழ் வருகிறது
பக்கமாக நகருகிறது
ஒன்றை ஒன்று மோதுகிறது
பலுன்களைப் பறக்கவிட்டவர்கள்
தங்களுக்குள் ஒருவரை ஒருவர் முகம் பார்த்துக்கொள்கிறார்கள்
பலூன்களில் ஒன்று மரமென்றின் இடுக்கில் செருகுகிறது
மற்றொன்று வீடொன்றின் கூரையில் மாட்டிக்கொள்கிறது
இன்னொன்று சீலிங்கில் மோதி மேலேழ முடியாது தட்டுத்தடுமாறுகிறது
வேறொன்று மின்கம்பத்தில் அடைகிறது
அடுத்த ஒன்று பறந்தது போதுமென வீழ்ந்து கடலினுள் மூழ்குகிறது
காற்றுடன் மழையின் தூறல்
ஒளிந்திருந்த நிலவறையில் இருந்து ஒவ்வொருவராக
பலூன்களுடன் வெளிவருவதை எட்டமாய் நின்று பார்த்திருந்த
ஓணான் நிலவறையினுள் புகுந்து ஒளிந்து கொள்கிறது.

- என் கோரிக்கைகளின் பக்கமாய் ஒருவரோ இருவரோ காதுகளை வைக்கலாம் பின்
என் கோரிக்கைகளிற்குக் கண் காது மூக்கு எல்லாவற்றையும் அவர்கள் விருப்பபடி செய்யலாம்
என் கோரிக்கைகள் பேசுவதாய்ச் சொல்வார்கள்
என் கோரிக்கைகள் சிரிப்பதாய்ச் சொல்வார்கள்
என் கோரிக்கைகள் காதலிப்பதாய்ச் சொல்வார்கள்
என் கோரிக்கைகளின் கால்களில் சலங்கை கட்டி விடுவார்கள்
என் கோரிக்கைகளை நடிகனாக்கி நாடகம் நடத்துவார்கள்
என் கோரிக்கைகளை நட்சத்திரமாக்குவார்கள்
என் கோரிக்கையின் கைகளில் ஆயுதங்களைத் தருவார்கள்
என் கோரிக்கைகள் திருடுவதாய்ப் பரப்புரை செய்வார்கள்
என் கோரிக்கைகளின் குறியை அறுத்தெறிவார்கள்
என் கோரிக்கைகள் தப்பிக்கப் பார்ப்பதாய்
விலங்கு மாட்டி சிறையிலடைப்பார்கள் பின்
யாருக்கும் தெரியாத வேறொரு நாளில் கண்களைக் கட்டி
மலை ஒன்றின் உச்சிக்கு அழைத்துப்போய்
என் கோரிக்கைகளைத் தள்ளி விட்டு
திரும்பிப்பார்க்காது வந்து விடுவார்கள்.

● கண்ணாடிக் கூண்டொன்றுக்குள் தள்ளப்பட்ட எலி
கண்ணாடிக்கூண்டிற்கு அந்தப்பக்கமாக பாய்ந்துவரும்
பூனையிடமிருந்து பாதுகாத்துக்கொள்ள
மறைவிடம் தேடி அங்குமிங்கும் அலைகிறது
எங்கு ஒளிந்து கொண்டாலும் பூனை தெரிகிறது
தன்னைக் குறுக்கி
தன்னை அரூபமாக்கும் வழிகளில் இறங்குகிறது
பூனை கண்ணாடியைச் சுற்றிப்
பாய்ந்து பாய்ந்து விளையாடி சலிப்படைந்து
உள்ளே என்ன இருக்கிறதென ஆராய்கிறது
கண்ணாடிக்கூண்டுக்கு அந்தப் பக்கமாக ஓடும்
எலி ஒன்றைத் துரத்தி ஓடி இரையாக்கிட முடியாத களைப்பில்
கண்ணாடிக் கூண்டின் பக்கமாக உட்கார்ந்து
கால்களால் கண்ணாடியை உடைவதைப் பார்க்கும்
எலிக்கு பூனை நெருங்குவதாய் பயம்
பூனைத் தன்னை கடித்துத் தின்பதாக பின்
வாயில் கௌவிக்கொண்டு அங்குமிங்கும் ஓடுவதாக
பின் தலை வால் அடங்கலாக உடல் கூறுகளை
வீட்டோன்றின் மறைவில் பத்திரப்படுத்துவதாக

பின் வீடே திரண்டு நாற்றம் வந்த இடத்தைத் தேடுவதாக கற்பனை
எலும்பு தோல் சேர்த்தியாக தின்று விடமுடியுமென்றால்
தானகவே பூனையின் வாயில் சேர்ந்துவிட எலி தயாராகிக் கொண்டது
பாவமாய்ப் பூனையின் கண்களையே பார்தபடி மண்டி இட்டது
கண்ணாடியின் அந்தப் பக்கமாக இருந்த பூனை பசி எடுக்கவும்
வெற்றுக் கண்ணாடிக் கூண்டொடு விளையாடியது போதுமென
தன் வீட்டுப்பக்கமாக ஓடியது.

- என் கதவுகளை யாரோ தட்டும் சத்தம்
கேட்பதாய்ச் சொல்வார்கள்
காது கொடுத்து கேட்காது கடந்து போங்கள் என எழுதி வைத்தேன்
கதவைத் தட்டுவது உள்ளிருக்கும் நான் தான்

● இருளை ஆழ உதிர்ப்பவர்கள் ஒளியை மீதமின்றி பருகி விடுகிறார்கள்
எனக்கு ஒளியைப் பிடிக்காதென்றில்லை மீதமாய் என்னிடம்
வந்தடைவது இருள் மட்டும் தான்
அவர்கள் உதிர்த்து போவதால் கிடைக்கிறது
இருள் என்னை ஒளித்து வைத்திருப்பதால்
ஒளிந்து கொள்ள வேண்டி முயற்சிகள் தேவைப்படுவதில்லை

ஆதிப்புன்னகையும் ஆதிவனப்பும் குறையாது இருப்பது இருள் ஒன்றிடம் தான்
எல்லாக் காலங்களும் இருளைத் தவிர்த்துக் கடந்து விடுகின்றன
காலங்கள் ஒளியின் தகதகப்பில் மின்னுவதையே
விரும்பி ஒளியை பூவாயாய்த் தொடுத்துக் கிரீடமாமாய் சுமக்கிறது

எந்தச் சிறகுகளும் இருளின் முதுகில் இல்லை
எந்தப் பூக்களும் இருளின் காம்புகளில் இல்லை
தன்னையே பூவாயும் தன்னையே பறவைகளாயும்
உருவகித்தால் உண்டு தவிர்த்து
இருள் தன்னைக் கிரீடமாய் ஆக்கிக்கொள்ளத் துணியும்

தன்னை ஒரு அரசன் போலவோ கடவுள் போலவோ
முகம் காட்டிக்கொள்ள விரும்புவதோடு
தன் ஆழ்ந்த அன்பை தன்னுள் ஒளிந்திருப்பவைகளுக்குத் தரும்
தன் ராச்சியத்தைத் தரும்
தன் கிரீடத்தைத் தரும்
ஒருநாளில் ஏதோ ஒரு நாளில் காலத்தின் மொத்த
வெளிச்சத்தையும் தந்து பிரகாசித்திருக்கும்.

● ஒரு பெர்சியப் பெண் மெல்லிய புன்னகையுடன் தெருவைக் கடக்கிறாள்
ஒவ்வொருவரிடமாய்ச் சென்று ரோஜாக்களை நீட்டுகிறாள்
எட்டமாய் ஒரு தாழ்வாரத்தில் நின்றபடி சஞ்சிகைகள் விற்கிறாள்
சமயங்களில் சோர்ந்து போய் கட்டுகளில் உட்காந்திருக்கிறாள்
அவளைப்போல் ஒருத்தியுடன் கூடி
பேசிக்கொள்கிறாள் கூடுதலாய்
பூக்கடை வீதிகளில் கட்டுகளில் தின்று குடித்து படுத்து கழிக்கும்
ஒவ்வொரு அக்காளையும் ஞாபகப்படுத்துகிறாள்

- ஆடைகள் கொட்டிக்கிடக்கும் துணிக்கடையில்
பிடித்தமான ஆடை ஒன்றைத் தேர்ந்தெடுத்தேன்
நிறம் பிடித்திருக்கிறது
விரும்பியது போல் கோடுகள் செங்குத்தாக இருக்கின்றன
துணி வகையறா பிடித்திருக்கிறது
உயரம் அகலம் எதிர்பார்ப்பிற்கு
இருக்கின்றன என்பதால்
அதுவும் பிடித்திருக்கிறது
உடுத்த வசதியாகவும் இருக்கிறது
ரசீது பெற்று பணம் செலுத்துவதற்கிடையில்
விடுபட்டிருந்த தையல் ஒன்றைக் கவனிக்கும் வரை
அதே ஆடையை உடுத்தி
திருமண விழா ஒன்றிற்கு
காதுகுத்து விழா இரண்டிற்கு
பிறந்தநாள் விழா மூன்றிற்கு
கலந்து சிறப்பித்திருந்தேன்

● அவனை முத்தமிட்டுக் கலவி உண்டவள்
அதிகாலையில் கரைந்து போனாள்
இறுதி பௌர்ணமி இரவை அவள் ரசித்திருக்கவில்லை
அவளின் உடலை மொய்த்த ஒவ்வொரு கொசுக்களும் மோட்சமுற்றன
இருந்தும் ஞானக்குழயலை தவறவிட்டு அவள் தோற்றுப்போனாள்
அவளிடம் இரண்டு மேலாடைகள்
உள்ளாடைகள் மற்றும் தலையணைகள் இருந்தன
மழையில் நனைந்த ஈரம் காய குளித்து தலை துவட்டி வந்தவனுக்கு
அவைகளை பத்திரப்படுத்தும் தேவை என்றெதுவும் இருக்கவில்லை.

1. பிறந்த நாள் கொண்டாட்டம் கழிந்தும் உடைக்கப்படாதிருந்த பலூனிடமும்
அறுவடை நாள் நிகழ்ந்தும் பறிக்க மறக்கப்பட்ட ஆரஞ்சிடமும்
அதன் அதன் கொண்டாட்டத்தில் நிகழ்த்தப்பட்ட அநீதி பற்றிகொண்டிருக்கிறது
2. பேரின்பத்தில் அன்னியப்பட்டிருக்கும்
மலரென மலர்தல் தேன் உருகுதல்
ப்ரியப்பட்ட தேனீப்பறவைகள் அமரும்
வாசம் வெளிப்படும்
குண்டுக்கட்டாய்த் தூக்கி வீசக்காத்திருக்கும்
பொழுதில்
அதனளவில் அது வெடித்திருக்கும்
3. கலவிக்கு முன் கலவிக்குப் பின் என இரண்டு நிலைகள்

- முதல் பருவத்தின் ஆரம்பத்தில்
இருந்து பிள்ளையின் வாசத்தை முகர்ந்திருக்க
அகமனம் தயாராகவிருக்கும்
பிள்ளையின் கண்களுள் வீழ்ந்து
முடியும் ஆழம் வரை சென்று
உங்களைப் புதைத்துவிட்டு வந்து விட முடியும்
பிள்ளை உங்களிடமிருந்து நீரையும் காற்றையும்
பசியையும் காமத்தையும் தூக்கத்தையும்
கொஞ்சமாய் அன்பையும் பெறுகிறது
சமயங்களில் வலி அதிகமாகிறபோது
சமயங்களில் துயர் பெருகுகிறபோது
சமயங்களில் குழப்பம் நீடிக்கிறபோது
மெதுவாய் வயிற்றை வாரிக்கொடுத்து
பாப்பா அம்மாக்கு வலியாயும் அசதியாயும்
கொஞ்சம் குழப்பமாயும் இருக்கிறது
என்று கெஞ்சும் போது
உங்கள் வலியையும் துயரத்தையும் குழப்பத்தையும்
பெற்றுக்கொண்டு
நீங்கள் பிள்ளையுடன் கொண்ட ஆத்ம நீட்சியாய் சந்தோசப்பட்டுக்கொள்ள

காதல் வயப்பட்டுக்கொள்ள
வாதை தீர்தல் ஒரு தீர்வாயிருக்கும் அல்லது பிணைப்பின் தொடக்கமாயிருக்கும்
பின் உங்கள் பிள்ளை ஒவ்வொரு வாதைகளையும்
தீர்த்து வைக்கும் என்றான நம்பிக்கையில்
சின்னதாய் பெரியதாய் ஒவ்வொரு வாதைகளின் போதும்
பிள்ளையிடம் முறையிடுகிறீர்கள் தீராதபோது மன்றாடுகிறீர்கள்
முறையிடுதலில் மன்றாடுதலில் வாதை தீர்ந்துவிடுவதாக ஆழப்பதிகிறீர்கள்
அதிகமாய் முறையிடுதலில் மன்றாடுதலில் வாதை தீர்ந்தே
ஆகவேண்டும் என்கின்ற இடத்துக்கு விரைவில் நகர்ந்து விடுவீர்கள்

- இனிப்பை ஒன்று திரட்டி உருண்டையாக்கினாள்
பூமி இனிப்பானதென்றாள்
பருவ வெளியில் தள்ளி விட்டாள்
பூமி உருளுகிறதென்றாள்
எறும்புகள் மொய்த்தன
பூமியை எறும்புகள் மொய்க்கிறதென்றாள்
ஒன்று திரண்ட எறும்புகள்
உருண்டையை சுமந்தன
எறும்புகள் பூமியை சுமக்கின்றதென்றாள்
சுமந்தபடி எறும்புகள்
ஒளியில் இருந்து இருள் வழி நகர்ந்தன
பூமி இருளுகிறதென்கின்றாள்

● தொடருந்தைப் போல் தரித்து நிற்கிறீர்கள்
நீண்டு வளைந்து நகர்கிறீர்கள்
யோனி ஒன்றைக் கடக்கும் ஆர்கசம் நிகழ்ந்த ஆண் குறி ஆகி விட்டீர்கள்

நான் எங்கிருந்தோ வந்திருக்கிறேன்
நீங்களும் அவ்வாறே
நான் பாடும் பாடல் தெரிந்திருக்காது
இரசனையும் இருக்காது
முட்டி முட்டி மோதுண்டு கொம்புடைந்து நகர்கிறது கருகருவென கருத்த மாடு

படிக்கட்டுகளில் மேலே போதலும்
கீழ் வருதலும் நிகழ்ந்தபடி இருக்கின்றன
மேல் செல்பவர்கள் ஒவ்வொரு படிகளிலும் வைக்கப்பட்டிருக்கும்
ஆடைகள் அணிகலன்கள்
அலங்காரப்பொருட்கள் என்பவற்றை
போதுமான அளவு பத்திரப்படுத்திக் கொள்கிறார்கள்
கீழ் வருபவர்கள் மீந்தவைகளை ஒவ்வொரு படிகளிலும்
வீசிவிட்டுக் கடக்கிறார்கள்

சந்தித்த முகங்களிலேயே மீண்டும் மீண்டும் மோதுண்டு விழிக்கிறேன்

● பூக்களைத் தூவி ஆசீர்வதிக்கப்படும்
பன்னீரில் குளிப்பாட்டப்படும்
காலமமெங்கும் வாசனைகள் பரவி துன்புறுத்தும்
பிராதுகள் விடுவிக்கப்படும்
இரவில் ஒளிந்து கொள்வதற்கு இருள் போதும்
அதன் ஆழ் வெளியில் சூரியனின் கூறுகளும்
பாடுகளும் கொண்டதான
அடர்ந்த வெளி தென்படும்

முகத்தை முகம் பார்த்துக் கொள்வதற்கான
வெளிச்சம்
பின் முகங்களுக்கிடையில் பரவும் திரை
ஒளி வெள்ளம் பரவி ஒன்றை ஒன்று மோதச் செய்யும்

“ஆயிரம் ஆயிரம் உடல் கொண்டீரே எழுந்திருங்கள்
உங்கள் உங்கள் குறிகளையும் உங்கள் உங்கள் யோனிகளையும்
கண்டடைந்து புணர்ந்து கொள்ளுங்கள்”

- தேவதூதன் வரும்மட்டிலும் காற்றை நிறுத்தி வைத்தோம்
கடலை நிறுத்தி வைத்தோம்
மழையை நிறுத்தி வைத்தோம்
தேவதூதன் வருவதற்கான எந்த ஏற்பாடுகளும் இல்லை

வெளிகளுக்கு அந்தப் பக்கமாக காடு
படுத்துறங்குகிறது
ஒரு புல்வெளியை பூத்துச்செழிக்கப் பக்குவப்படுத்தி இருக்கிறது
மிருகம் ஒன்றின் வேட்டைப்பல்லில் தின்று செரிக்க வைத்த காட்டின் காருண்யம்
ஒரு ஓரமாக நதி ஒன்றை வளையவைத்து
களைப்படைந்த மான்கொம்பை நனையவைத்தது

போகும் திசையில் போகும்மட்டும்
களைப்பாற எந்த முகாந்திரமும் இல்லை
விளித்திருக்கும் மேகச்சரடுகள்
உடைந்து வீழக்கண்டோம்
தூதர்களை வழிமறித்துக் கேட்டோம்
எங்கு போகிறீர்கள் இந்த இருக்கைகளைப் பயன்படுத்திக்கொள்ள
உங்கள் அனுமதி வேண்டும்

அந்தரத்தில் மாட்டிக்கொள்வதற்கு சலிப்புகள் இல்லை எனில்
வானத்தைப் பார்த்து தொழுகை செய்யுங்கள்
கோரிக்கைகள் செவிமடுக்கப்படும்
எந்தவகையிலாவது பதில் கிடைக்கும்
பின் இருக்கைகளை எடுத்துக்கொள்ளலாம்

ஒருவருக்கொருவர் முகம் பார்த்துக் கொள்ள
வெளிறிச் சிவந்தக் கண்கள்
அங்குமிங்கும் ஓடி ஓய்ந்தலைந்தது
நாங்கள் சிவப்பு நிறத்தில் ஆடை கொண்டோம்

சமுத்திரத்தின் ஈரத்தில் தித்தித்திருந்து
விலகி நகரும் கால்களில் உரசும் மணல் துகள்கள்
நிலத்தின் வாதை என ஒட்டிக்கொண்டது

● கதவுகளற்ற அறையில் அடைந்து கொண்டு
சுவாசித்திருக்கிறீர்கள்
எங்கும் வெளிச்சச் சலனம்
இருளே வேண்டப்படுகிறது

மிக மெதுவாக அசைகிறீர்கள்
கண்களைத் திறந்து ஒரு ஒப்பில்லா உருவத்துடன் புணர்கிறீர்கள்
புணர்ச்சிப் பெருக்கில் தேவ காலத்தைக் கண்டடைந்து
மூழ்கிக் களிக்க ஓடும் காலம் செழித்த நதி

பேரின்பத்தை அள்ளித்தந்தேன்
நானொரு கனவு செய்தேன்
பொருத்திப்பார்த்தேன்
சூரியனைத் தொலைத்து கண் விழித்தேன்
உங்கள் விழிகளின் பிரகாசத்தில்
தேகம் நீங்கித் தத்தளித்தேன்

● எல்லா வெளிகளும் ஒன்று போல்
ஒன்றில் நுழைந்து இன்னொன்றில் வெளிவருகையில் எந்த
வேறுபாடும் இல்லை

மனுதிகள் எப்பொழுதும் பயணங்களிலேயே இருக்கிறது பறவைகள்
மிருகங்கள் எல்லாமும்

இன்னும் இன்னும் எத்தனை பாதைகளைக் கண்டடைய வேண்டும்
இன்னும் இன்னும் எத்தனை கால்களுடன் பயணிக்கவேண்டும்
கண்ணாடியில் முகம் பார்க்கும் தோறும்
தென்படும் முகம் அத்தனையும் என் முகம்
போல் இல்லையே என் முகத்தில்
இந்த மட்டில் கண்கள் இல்லையே
இந்த மட்டில் புருவங்களும் கன்னங்களும்
தாடைகளும் இல்லையே
இவைகளெல்லாம் என் முகங்கள் தானா
என் உதடுகள் கருகருவென கறுத்து இருந்திருக்க வேண்டுமே

● மனத்தின் முன்னரங்க நிலைகளை
முந்தைய பிணியின் வழி நேர்படுத்துதல்
வேண்டப்படுகிறது

ஒரு ஊமைத்தனத்தைக் கோரி வேண்டி மன்றாடி
கட்டமைத்து கொள்தல்
ஒரு பொழுதிலும் நிலையாக நிகழ்வது இல்லை
எங்கெங்கோ எல்லாம் தொலைந்து சின்னாபின்னமாகி ஆழ்வடுக்களில் இருந்து
மீண்டும் மீண்டும் ஆரம்பித்ததிலேயே வந்து நிற்கிறது

அக நிலைப்பாடுகள் பூச்சியத்தின் முன் எண்களைக் கூட்டுகின்றன
பின்னிருக்கையின் முகம் தெரியாத கண்களில்
தொக்கி நிற்கும் கேள்விகளில்
என் பதில்களில் ஒன்றை சமப்படுத்த முயல்கையில்
புதிரான நிலைப்படுகளில் ஆழ்ந்து போக

● நிதானமாக கண் விழிக்கிறேன்
மலையின் படுக்கை சுற்றிலும் புல்வெளி தாழப்பறக்கும் பறவைகள்
தூரத்தில் ஆர்மினியன் இசைக்கருவியான டுடுக்கின் இசை,
தெருக்களில் என் முகம் கொண்டவர்களே நடமாடியபடி இருக்கிறார்கள்
ஒவ்வொருவராக என்னைப் பார்த்து பின் நகர்ந்து கடந்து போகிறார்கள்
நான் அவர்களை உற்றுப் பார்க்கிறேன்
உற்றுப் பார்த்தபடி இருக்கிறேன்
என் பார்வையில் இருந்து அவர்கள் கலைந்து போனார்கள்
-

தூங்கப்போகும் முன் படிகளில் ஏறிவந்தேன்
பின் ஆறிப்போயிருந்த சான்விச் ஒன்றைச் சூடாக்கினேன்
ஜானியின் இசைத் தொகுப்பொன்றை ஒலிக்க வைத்து
சூடான தேனீருடன் சாப்பிட்டு முடித்தேன்
திரைச்சீலைகளை விலக்கி
யன்னல் கண்ணாடி வழி வெளியையும்
வானத்தையும் பறவைகளையும்
நெடுநேரமாய்ப் பார்த்தபடி நின்றிருந்தேன்.
இசை ஒலித்தபடி இருந்தது;
பின் அறைக்குள் நுழைந்தது
தாழ்ப்பாள் போட்டுக்கொண்டது படுக்கைக்குப் போனது
எதுவும் ஞாபகத்தில் இல்லை

- நாக்கைத்தின்னும் அதீத சுவையை
  மீன் கடலிடமிருந்தே எடுத்து வந்தது
  ஒவ்வொரு துண்டுகளின் வெட்டுவாயிலும்
  கடலின் துடிப்புடன் ஆர்ப்பரிப்பு
  கறியில் கரைந்து வெளியேற முடியாது துடிக்கிறது மீனின் வெடுக்கு
  மீனை மொத்தமாய் தின்று ஏப்பமிடுகிறேன்
  ஏப்பம் மீன் மீண்டும் கடலினுள் சங்கமித்ததன் அறிகுறி
  அதன் சுவை இப்போது இல்லை
  அதன் மணம் இப்போது இல்லை
  அதன் செதில்கள் பளபளப்பாக இருக்கின்றன
  அது வாலை அசைத்து நீந்துகிறது
  திருக்கை ஒன்றைக் கடந்துபோய்
  திமிறி சுறா ஒன்றின் வாயில்
  தொப்பென குதிக்கிறது

● பஸிள் விளையாட்டில் ஒன்று ஒன்றுடன் பொருந்தும்படி
முகம், கால்கள், கைகள், குறி ,
மலைத்தொடர்,நதி, கட்டிடங்கள்
பூனை, நாய் ,காட்டு மிருகங்கள்
மரங்கள், செடி,கொடிகள்

அது அது அங்கு அங்கு இருந்தால் போதும்
கருப்புச் சிறுத்தை ஒன்று வீட்டின் வரவேற்பறையில்
பூனைகளும் நாய்களும் காட்டுப்பாதைகளில்

மரங்கள் முறிந்தன
சர்ப்பங்கள் உயிர்பெற்றன

- சரசரத்து ஓடி எந்தப் பந்தை விழுங்கப் போகிறாய்
பின் பந்தை பற்களால் கடிப்பாயா
விழுங்குவதற்கு முன்
விசமுறும் வரை காத்திருந்துதான் விழுங்குவாயா
விசத்தை எங்கிருந்து கொண்டாய்

-அமிர்தத்தில் இருந்து

“அமிர்தத்தில் இருந்து பிரிந்ததே விசம்”

- நகரம் ஒன்றின் கட்டிட இடுக்குகளில்
அங்கும் இங்குமென அலைந்த உடல் பருத்த நாரைப்பறவை
இறக்கைகளை அசைக்காது பக்கவாட்டில்
விரித்தபடி உள்வெளியை அடைந்தது
உணவகங்களின் வெளியே வரிசையாக இருக்கைகளில் உண்டும்
குடித்தும் பேசியும்
களித்திருந்தவர்களில் எண்ணிக்கையில் பத்து பதினைந்து பேர்களின்
தலைகளில் முட்டி
தேடிவந்த தலையின் தட்டிலிருந்து இரையை
எடுத்துச்செல்கிறது

● நெடும் தூரத்தில் பள்ளமொன்றில்
கடும் பிரயத்தனத்தின் பின் நீர் ஊறி வந்தது
இனிப்புச்சுவை
இருக்கும் வரையில் அள்ளிக்கொண்டால் உண்டு
அள்ள அள்ள குறைந்து இல்லாது போய்விடும்

பாத பூயை செய்து தங்கத்தட்டில் ஆகாரம் பரிமாறிக்கொள்ள நேரமும் வந்தது

இருந்தவைகளை ஒவ்வொன்றாகத் தொலைத்து வந்தார்கள்
பறிக்கப்பட்டதாகச் சொல்லிக்கொண்டார்கள்
கண்கள் இருக்கும் வரைக்கும்
சூரியனும் இருந்தது
கண்களை எடுத்துக் கொண்டு சூரியனும் போனபின்பு
உருவம் சிதைந்து போவதை
இறக்கைகளாய் வாரிக்கொண்ட நேரம்

கூண்டில் அடைபட்டுப்போவோம்
மிடறு தண்ணீர் குடிப்போம்
அங்குமிங்குமென அலைந்து திரிந்து
இரையைக் கண்டடைவோம்

உண்டதும்
தேகம் மீண்டு வரும்
குறி யோனியை நெருங்க தயாராகும்
பரவசத்தில் ஆடிக்களித்து புணர்ந்து நீங்கும்

● மீன் தாழ தாழ கடல் ஆழமாகிக்கொண்டே போகிறது
மேல் வந்து வலையில் விழும் வரை இருந்த கடல்
அத்துடன் இல்லாமல் போய்விடுகிறது
மீன் துடிக்கையில் கடலும் துடிக்கும்
மீன் இறக்கையில் கடலும் இறக்கும்
பின் இருப்பது ஒரு புதிய கடல்

● நான் எதற்காக இப்படியாக படிக்கட்டுகளில்
அமர்ந்திருக்க வேண்டும்
இருக்கைகளே இல்லாத இந்தத் தெருவை
கொண்டாட்டாமான தெரு என்று மெச்சுகிறார்கள்
அங்குமிங்குமென அலைய வைத்தது
ஒன்று இரண்டு மூன்று என ஐந்து குவளைத் தேநீரைப் பருகித் தீர்த்தது
பத்து பன்னிரண்டு மெதுவடை காலியானது
மூன்று தடவை மூத்திரச்சந்து தேடவேண்டி இருந்தது

தெரிந்த முகங்கள் தென்படும்
பேசக்கிடைப்பார்கள்
பிறந்த ஊரின் வளர்ந்த தெருவைப் போல் இருக்கும்
வாழ்ந்த வீட்டின் வாசனை வீசும்
என்றன எதுவும் நிகழவில்லை

போதையில் புலம்புபவர்கள் என் பக்கமாகத்
திரும்புவற்கு முன்னமாக நகர்ந்து விட வேண்டும்
காலி பியர்ரின்களில் ஒன்றைத் தவறுதலாய்த் தட்டிவிட்டு
புதிதாய் ஒன்றைப் பரிசளித்தேன்
முறைத்தவர்கள் புன்னகைத்தார்கள்

காற்றடைத்த நெகிழிப்பை பின்தொடர்வது போலுள்ளது
எப்போது என்றாலும் உடைந்து போய்விடும்
உடைவதற்கு முன்பாக இரண்டு கால்களுக்கிடையில்
உதைபட வேண்டுகிறது

- முறையாக ஒளிந்து கொண்டேன்
குளியல் செய்தேன் வெளிச்சம் வருகிறது
படையல் போட நெருப்பு மூட்டி விட்டேன்
பவுத்திரமான அமைதி
எங்கெல்லாம் வார்த்தைகள் முடியாதிருக்கிறதோ
அடுத்த வரியில் சேர்த்துக் கொள்ள வேண்டும்
மிட்டாயை மென்று சுவைத்து நாக்கைத் தித்திப்பாக்கிக் கொள்ள
வாலைக்கட்டி பட்டமொன்றைப் பறக்கவிட்டு
நூலைக்கொண்டு தரையில் பிணைத்து வைத்து
தேனீரை பருகி வர சரியாக இருக்கும்

பிஞ்சுக்கால்களை முடிவில் வைத்தாய்
முன் கண்கள் வழி அமிழ்ந்தாய் அழுகைக்குரல் கேட்டது, மண் படாத
பிஞ்சுக் கால்கள் முதன்முறையாக பழுத்த கைகளில் உரசுகின்றன
எப்படியோ வந்துவிட்டாய் ஏன் வந்தாய் என கேட்கமாட்டேன்

சிதிலமாய்ப் போயிருக்கின்ற மாளிகை
அடர்த்தி செழித்திருந்த நாள்களில்
முன் கதவுகள் திறந்திருக்கும்

யன்னல்கள் திறந்திருக்கும்
போகவும் வரவும் என வண்டிகள்
வாசல் கடக்கும் கால்கள்
கொண்டாட்டங்களின் பிரகாசம்

ஒருக்களித்து புரண்டுபடுத்து வானம் பார்த்திருக்க
முந்திக்கொண்ட பறவை இறகு
தன்னைப் பறவையாக்கிக்கொண்டு
அங்குமிங்கு மெனப் பறந்து கால்களருகே பறப்பை முடித்துக் கொண்டது

இந்தக் கால்கள் இவ்வளவு தூரம்
நடந்ததே போதும் தாங்குதிறன் இதற்கு மேல் இல்லை,
அதி ஆழமான ஒளியில் சங்கமித்து
வெளிச்சத்தைத் தொலைத்து பின்
வார்த்தைகளைத் தொலைத்து உறைந்து போகும்
நாளில் இலைஒன்று துளிர்த்தது
ஈரப்பதன் குறையாது இருக்கும் பின்பொரு நாளின் பிஞ்சுக்கால்கள்

● தூக்கத்தில் இருத்தல்
பிறித்தொரு வாழ்தலின் பொருட்டான நிவேதனம்
கழிந்து போதல்
மிதந்து மிதந்து இல்லாத ஒன்றில் சரணடைதல்
இருத்தலில் இருந்து நீங்கிப்போதல்
இயங்கு நிலையின் மறுமுகம்
நீங்கள் பிறிதொரு பயணத்தில் இருக்கிறீர்கள்
பிறிதொரு பசியுடன் இருக்கிறீர்கள்
பிறிதொரு காதலில் திளைக்கிறீர்கள்
பிறிதொரு சாகசத்தை நிகழ்த்துகிறீர்கள்
பிறிதொரு மரணத்தைத் தழுவிக்கொள்கிறீர்கள்

● பற்றற்ற நிலையில் இருந்து விலகுவதை
ஆலோசித்த போழுதில்
அகங்காரம் சின்னா பின்னமாக உடைந்து கொண்டது
பற்றறுத்தல் ஒரு மேலான அகங்காரம்;
பற்றற்ற கிரீடத்தை சுமந்திருந்ததைக்காட்டிலும் இப்பொழுதில் பரவாயில்லை
அகங்காரம் கிரீடத்தில் இருந்து சில்லுச்சில்லாய் உடைந்து
அங்கொன்றும் இங்கொன்றுமாக சிதறி உருண்டோடுகிறது
பின் வெளிச்சத்துடன் இருக்கிறது,
மின்மினிகளைக் கைக்குள் பொத்தி
நாய்க்குட்டி ஒன்றின் கால்களாய் மாறித் துள்ளிக்குதித்து விளையாடுகிறது,
பாம்புகள் பிணைவதையும்
அணில்கள் புணர்வதையும் நமட்டுச்சிரிப்புடன் பார்த்து கடக்கிறது,
நினைத்த போதெல்லாம்
குறியினை வருடிவிட்டுகொள்கிறது
யோனிகளுடன் செத்துக்கிடக்கிறது,
புணர்ச்சிப்பெருக்கில் திளைக்கவும் பின் அடங்கவும்
என தொடரும் /
இடையிடையில் பற்றற்ற பூதம் பல்லிளிக்கிறது

- கனவுகள்; இரண்டு நிலைப்பாடுகளுக்கிடையில்
ஒரு தொங்குபாலம்
இரண்டு வெளியை இணைத்து மூன்றாவதாக
ஒரு வெளியை நிகழ்த்துதலில்
மிலேச்சத்தனமான அரக்க முகம் கொண்ட மிருகம்
ஒவ்வொரு வாசல்களையும் தட்டி
கதவுகளைத் திறக்கும் முகங்களில் தன் பேராசைகளை வர்ணம் தீட்டி பின்,
பின் நவீனத்துவ கவிஞனின் தாளில்
ஓடத்தை பின் முதுகில் கட்டிய பறவையாகி
இழுத்துப் போகிறது

இங்கே பகலென்றால் அவனுக்கு இரவு
மிருதுவான கண்கள் இமை வெட்டாமல்
வாலின் நுனியைப் பார்த்தபடி
சாதுவான மிருகம் பாலை குடித்து தூங்கி இருக்கும்
அவனுக்கு அந்த வால் நாசகாரக்கிரந்தம்
சம்சித்தா பாப்பா பிங்க் வர்ணத்தில்
முழங்காலை மறைக்குமளவிற்கு உடை உடுத்தி இருக்கிறது
சம்சித்தா பாப்பாவிற்கு கிளிவேச் தெரிய உடை உடுத்துவது பிடிக்காது
சம்சித்தா பாப்பா வீ கழுத்துடைய ஆடைகளை உடுத்தும் போதெல்லாம்
கழுத்தில் ஒரு இஞ்ச் மறைக்கக்கூடியதாக
உள் பெனியன் உடுத்துவதை வழக்கமாக்கிக் கொண்டுள்ளது
அவன் சம்சித்தா பாப்பாவை எப்பொழுதும் கவனித்தபடி இருக்கிறான்
சம்சித்தா பாப்பாவிற்கு சமைப்பதற்கு கள்ளம்
சம்சித்தா பாப்பாவில் எப்போதும் மெலிதாய் ஒரு பூவின் வாசம் வரும்
வேலை இல்லாத நாட்களில் வீட்டில் கழிப்பது
சம்சித்தா பாப்பாவிற்குப் பைத்தியம் பிடிக்கிற காரியம்
பார்க்குக்கு, குறைந்தபட்சம் கடைக்காவது போய் வரவேண்டும்
இத்தனைக்கும் சம்சித்தா பாப்பா மெழு மொழு என இருக்கும்
சம்சித்தா பாப்பா என்ன செய்கிறாய்

என் நீண்ட வாலைச் சுருட்டி வைத்துக்கொள்ளும்
பொறுப்பை உன்னிடம் தந்து விட்டேன்
உன்னிடம் தந்த நீண்ட வாலைச் சுருட்டி வைக்கும்
பொறுப்பென்பது
சுருட்டி வைத்தல் மட்டுமில்லை
வாரிக்கொடுத்தல், குளிப்பாட்டுதல், புகை போடுதல், பாதுகாத்தல்
இப்படியாக இருப்பவை
வாலைச்சுருட்டி எப்படி பாதுகாப்பாய்
உன்னை நம்பி என் வாலை பாதுகாப்பாக இருக்குமென
ஒப்படைத்து விட்டேன்
வால் கவனம்
வால்தானே என்று மெத்தனமாயிருந்துவிடாதே
வால் பெரியது, வால் நீண்டது, வால் மிருதுவானது
வால் பளபளப்பானது, வால் என்றால் வால் தான்
ஏன் இப்படிக் கேட்டாய்;
"உங்களுக்கு எங்கிருந்து கிடைத்தது இந்த வால்"

- மேலுமொரு வாழ்தலின் நீட்சி
மேலுமொரு மரித்தலுக்கான தேவைப்பாட்டை உருவாக்குதல்
புதிதாய் ஒரு பூவைக்கொய்து புதிதாய் ஒரு மாலையைக் கோத்தல்
ஒரு நதியின் ஓட்டம்
முடிவில் சமுத்திரத்தைக் கண்டடையலாம்
மீன் ஒன்று அங்கும் இங்கும் என தத்தளித்து நிற்கும்
துள்ளிக்குதிக்கும்
இருந்தும் குறித்த நதியின் சரிவில்
சமுத்திரத்தின் தொடக்கத்தில்
வாலைக் குவித்து தற்கொலைக்குத் தயாராகும்

● மலையின் உச்சிக்கு என்னைக் கூட்டிப்போக;

மலையின் உச்சிக்குப் போவதற்காக
கறுப்புப் பான்ரையும் சாம்பல் ரீசேட்டையும் உடுத்தி இருக்கிறேன்
அது என் சீருடை போன்றது
நல்லெண்ணெயில் பொரித்த கத்தரிக்காயுடன் அரிசிமாப்புட்டைக் குழாவி
பிளேன் ரீயுடன் சாப்பிட்டபடி
எனக்குப் பிடித்த கவிதை ஒன்றின் பக்கத்தைப் புரட்டி பின்
மறந்துபோன கவிதையின் வரிகளை ஞாபகத்திலிருத்த வேண்டும்
அவசரம் ஒன்றும் இல்லைத்தானே;
எறும்பிழுத்துப்போகும் இரையாக மலை
என்னை கொறகொறவென இழுத்து போகையில்
கவிதைகளை மறந்து விடுவேன்
என்னையும் மறந்து விடுவேன்
பாரம் குறைந்த உடலை தான் மலையின் உச்சி கேட்டிருந்தது
என் வீட்டின் அடையாளம் சொன்னதை
வைத்து என்வீட்டைத் தேடி அலையவேண்டம்
அங்கு வீடில்லை
அந்தத் தெரு இல்லை,அந்த ஊர்கூட இல்லை
நான் மலையின் உச்சியை அடைந்துவிட்டேன்
தெருவும் ஒரு மலையின் உச்சிக்குப் போயிருக்கும்
ஊரும் ஒரு மலையின் உச்சியாயிருக்கும்

● பயணத்தில் அவள் கைகள் கால்களுடன்
ஒரு தலையற்ற பொம்மையைக் கண்டதாகவும்
காலில் மஞ்சள் நிறத்தில்
பூட்ஸ் அணிந்திருந்ததாகவும் சொன்னாள்
அவளுக்கு அதை என்னிடம் காட்டியே ஆக வேண்டும்.
நாளும் அந்தப் பாதையைக் கடக்கையில்
பார்க்கும் படி கோருவாள்,
ஒவ்வொரு நாளும் ஒவ்வொரு பொம்மையாக கூடுகிறது
பூனைகள் காவலுக்கிருக்கின்றன
பூனையின் முதுகில் அமர்ந்து
பொம்மைகள் எங்கேயோ போய்வருகின்றன,
கழுத்தில் இருந்து சதை வளர்ந்தபடி இருக்கிறது
பொம்மையில் முகம் தெரிவதை எட்டிப்பார்த்தாள்
சந்தோசத்தில் கூச்சலிட்டாள்
முகம் வளர்ந்து விட்டது என்றாள்.

பாதிக்கண்கள் மூடியபடி சயனத்தில் பூனை
பாதிக்கண்கள் திறந்தபடி தொப்பென வீழ்ந்து கிடக்கிற பொம்மை
இரண்டும் பேசிக்கொண்டன

அன்று என்னால் பொம்மையைப் பார்க்க முடிந்தது
பொம்மை பூனையின் முதுகிலேறிப் புறப்பட்டது
பின்பு பொம்மையும் பூனையும் என்ன செய்கின்றன என்பதறிய
பயணத்தை முடித்துக்கொண்டோம்
நாங்கள் வந்த வண்டியில்
பூனையின் முதுகில் அமர்ந்தபடி பொம்மை எட்டிப்பார்த்தது
என்பக்கமாகத் திரும்பியது பூனையின் அலட்சியக் கண்கள்

பன்னிரண்டு வயது இருக்கும் நானொரு முகமூடி செய்ததாக ஞாபகம்
சிமெந்தால் முகத்தை செய்து
பின் காகிதங்களை ஊறவைத்து கரைத்து கூழாக்கி ஒட்டி உருவாக்கியது
எப்படியோ அந்த முகமூடியில் என் முகம்
என் கண்கள், என் உதடுகள், என் தாடை
வேண்டாத வெள்ளிக்கிழமை ஒன்றின் மாலையில்
முகமூடி சுவரில் மாட்டிக் கொண்டது
அன்றிலிருந்து முகத்தால்
சிரிக்கவும் முடியாது,அழவும் முடியாது

• மொத்தமாக விம்பங்களை உடைத்து வெளிவருதல்
அதிகமான மெத்தனத்துடன் கையாளப்படும்
கைகுழந்தையின் வனப்புடன் இருக்கிறது
உயிருக்கு ஆபத்தான நிலை என்று தெரிந்தும்
வீசி எறிந்து விளையாடப்படுகிறது
ஒரு நிலையில் உயரப்போய் மறுபடி
கைகளை வந்தடைவதற்கிடையில் காலத்தின் அந்தம் வரை
பயணித்துத் திரும்புகிறது

உங்களைப்போல நானும் என்னைப்போல நீங்களும்
எப்பொழுதாவது ஒருமுறையேனும் தோன்றிடும்படி நிகழலாம்
ஏதேனும் ஒரு பேராசை கண்களை கட்டி
அலைந்திட வைக்கும்படி இருக்கலாம்
உறைபனியினுள் உறைந்து காலங்களை உறைய வைத்து
பின்பொருநாளில் சூரியப்படரலில் உயிர்த்துக்கொள்ள
நிர்பந்திக்கப்பட்டிருக்கும்
கண்களில் பிரகாசம் திரும்பும் நாளில்
யன்னலைத் திறந்து வைத்து தேனீர் பருகவும்,
தூங்கப்போவதற்கும் விழித்துக்கொள்வற்கும்
இருக்கும் நேரக்கணக்குகளைக் கிழித்துப்போட்டுவிடவும் முடியும்
-

எல்லா இரவுகளையும் பகலின் வெளிச்சத்தில்
கடந்து போய்விட முடியாது
கனவுகளைக் கொட்டி கொட்டி கொட்டி
நிரப்பி வைத்திருக்கும் இரவுகளின் மேல் நடப்பதற்கு
போர்ப்பிரகடன தேசத்தில் ஒளிந்திருப்பதைப் போல
முகமூடிகளைத் தெரிவு செய்து அணிந்து கொள்ளத் தெரிந்திருக்க வேண்டும்

துன்பியல் நாட்காட்டி இராப்பகலாய் விழித்துக்கொண்டிருக்கும்
ஒவ்வொரு நாள்களையும் விலங்கு மாட்டி ஈர்த்து பிடித்திருக்கும்
சில நாள்களில் மொன்னையான மேற்பரப்பால்
அறுத்து பின் அறுத்து பின் அறுத்து என அறுத்தபடி இருக்கும்
உங்களுக்கு முடிவு தெரியாது
உங்களால் முடிவுறுத்தவும் முடியாது

● சந்தோசங்களைக் கொல்பவன் என்கின்ற முகம்
சந்தோசத்தின் தருணங்களை உருவாக்கி வைத்திருப்பவர்களின்
கால்களை இடறி விடுதல்
அடைத்து வைக்கப்பட்டிருந்த மிருகம் கதவுகள் திறக்கப்பட்டதும்
அடைத்தலின் சுதந்திரத்தில் இருந்து தொலையும்
அதற்கு கால்கள் மரத்துபோயிருக்கும்
அதிகபட்சமாக கூண்டை ஒரு சுற்று சுற்றி வந்து
கூண்டில் அடைந்து கொள்ளும்

வானமெல்லாம் பறந்து போதல்
எல்லாப் பாதைகளையும் அளந்து முடித்தல்
எந்த வானத்திலும் பறக்கமுடிதல் எந்த பாதையிலும் நடக்கமுடிதல்
அப்படியே ஆழ்ந்து இருத்தல்; சாவி கைகளில் இருக்கிறதா

- இந்தக் கம்பி வேலிக்கு அந்தப் பக்கமாக நிகழ்வது இருவரின் கலவி
பிறந்தவுடன் ஆண்குறிகளை கொய்து விடுவது சம்ரதாயம்
ஆண்குறிகள் இல்லாத இடத்தில்
யோனிகள் மேலுமொரு சதை
வெளியில் துருத்திக்கொண்டு அவை இல்லை
யோனிகள் தப்பித்திருந்தது;
அவர்களின் முகம் அவர்களுக்குத் தெரியாது
விம்பம் விழும் அத்தனையும் தடைசெய்யப்பட்ட பாண்டம்
பாம்பொன்றின் தலை முண்டம் தேடும்
தின்றது செரிமானமாகாதவரை பாம்பின் பற்கள் கூர்மையானவை
கண்களில் ஆளை விழுங்கும் பிரபஞ்ச இருள்
வெட்டுண்ட முண்டம் பிறிதொரு தலையுடன் உயிர்த்தது
வெளிச்சம்
அல்லது மேலும் மேலும் மேலும் மேலும் இருள்

● யன்னல் திரையை விலக்குகிறேன்
கதவைத் திறந்து நடக்கிறேன்
ஏன் முன்னே போகிறாய் சூரியனே
அடுத்தடுத்து போடப்பட்டுள்ள
நான்கு கற்தூண்களைப் பற்றிய முறைப்பாடுகள்

இருக்கை கிடைத்ததென்று
உட்கார்ந்து விடவா
ஒரு தனித்தபாதையில் நடக்கையில்
எதிர்படும் மரங்களின் இலைகள்
முடியில் உரசி
பித்துற்றநிலை குலைகிறது

கட்டியம் கூறும் நீல நட்சத்திரம்
வானம் இருளும்
கிளைகள் ஒடியுமளவு காற்று வீசும்
முதிர்ந்த நட்சத்திரங்கள் பொசுங்கும்
வெளிச்சம் கசிகிறது
மேல் மலையில் பயணிப்பாய்

கனத்த குரல்
ஓடோடி மண்தரை கடந்து பின் மெதுவாய் நடந்து
கற்குன்றில் உட்கார்ந்து பின் தவழ்ந்து புரண்டு
வற்றிய நீர்ச்சுனையில் கால்வைத்து;
தாகமில்லாத நதிக்கரை மரமா இது
உதிர்ந்து உலர்ந்து போய் இருப்பது
கால்கள் நடுங்குகிறது
என் வெளிச்சமே எங்கிருக்கிறாய்
முன் போனாய் ,ஏன் ஒழிந்து மறைந்தாய்
இதோ என் கண்களைப்பார்,
வெளிச்சத்தை நீயே எடுத்துக் கொள் முன் வந்து விடு
அடைமழையில் நனைந்து வெளியேறுகிறேன்

ஒரு மௌனத்தைக் கோரும் பிஞ்சுத்தூக்கம்
மௌனமாய் பேசவேண்டி
நடக்க வேண்டி சிரிக்க வேண்டி
கண் விழித்தொரு புன்னகை தரும்
ஆழ்ந்த யோசனையின் பின் கண்களை உற்றுப்பார்க்கும்
எங்கோ போய் முட்டுண்டு திரும்பும்

வழிமறிக்கப்பட்டிருக்கிறது
அஃதே பெரிய மதிற்சுவர்
அந்தியில் மலரும் குறுமலர்
பரந்து தலைகாட்டும் வெண் அரவம்
உரு பெருத்து பெருத்து பெருத்து பெருத்து
உடல் நிறைய அமுத பாணம்

பிஞ்சுக்குழந்தையை சுமப்பதற்கென இரண்டு தலைகள்
ஒன்று மாறி ஒன்று தங்குவதென ஏற்பாடு
ஒன்றில் குறுத்து ஒன்றில் பெருத்து
தரையில் படரா பிஞ்சுக்கபாலமே
கண்களில் எவ்விதம் ஆனந்த வெளிச்சம்
தகித்து ஒளிரும் சூரியனைக் கண்டு கொண்டாயா

- ஊர்ந்து ஊர்ந்து பயணப்பட சிறு வெளிச்சம்
அங்கே சிறகுகள் கிடைத்தன
பறப்பின் நித்தியத்தைப் பெருவெளியில் கண்டடைந்தேன்
முகில்கள் தோறும் மோதுண்டு சிறகுகள் உதிர்ந்தன
பின் அங்கங்கள் ஒவ்வொன்றாய் துளிர் விட்டன
செழித்தன
மென் நீர்குளத்தில் புரள்கிறேன்
புரண்டு தவழ்ந்து ஆதி ரூபம் கிடைத்தது
புன்னகையும் அழுகையும் ஒருசேர வெளிப்பட்டது

மிகப் பழைய சிலுவை அதில் இயேசு இல்லை
இயேசுவின் கால்கள் இல்லை
இயேசுவின் கைகள் இல்லை
சுமந்தவர் பெயர் தெரியாது
ஆணிகள் தைத்து சிதைக்கப்பட்ட சதைகளுடன்
உடலைக் கழுகு தின்று தீர்த்தபின்
தூக்கி வீசப்பட்ட கடலின் ஆழத்தில்
கபாலம் தனித்திருக்கிறது
ஒன்று இரண்டென்று நூறு ஆயிரம் என கபாலங்கள் சேர்ந்திருக்கின்றன
சிலுவையின் கால்களில் பூக்களால் ஆராதனை
சிலுவைப்பாடுகளை இசைக்கும் பியானோவில் கண்ணீர்ப் பிரவாகம்
கிழக்கில் புறப்பட்டிருந்த சூரியன்
சிலுவையின் தலையில் மோதுண்டு நிற்கிறது
கூட்ட நெரிசலில் ஒவ்வொரு கண்களினுள்ளும் இயேசு குவிந்திருக்கவும்
பிரார்த்தனை முடிந்தது
-

பறவைகள் தாழ்ந்து பறக்கவும்
நட்சத்திரங்கள் மின்னி மின்னி மறைகின்றன
'தூரத்தில் ஆலயக்கதவு திறக்கப்படுகிறது

கதவைத்திறந்து கால்வைக்கும் நாசியில்
நூற்றாண்டு மரச்சட்டங்களின் மணம்
உச்சியில் இருந்து தொங்கும் சங்கிலியில்
சிம்னி விளக்கில் வெளிச்சம்
பின்பக்கச் சுவரில் சிலுவை உருவில் வெளி
அதன் வழி வெளிச்சம்
பறப்பில் இருந்த பறவை வெளியில் இருந்து
உள்வந்து சுவரில் அங்கும் இங்குமென மோதி
வாசலைக் கடந்து மிதந்து மிதந்து மிதந்தபடி இருக்கிறது
-

குருதி படிய நடந்த கால்களுக்கு வேண்டுவது விடுதலை
கைகளிலும் கால்களிலும் ஆணிகள் தைத்தாலும்
உயிர் மீதமாய் இருக்கிறது
பறவைக்குத் தெரிகிறது
உயிர் போகாதவரை வட்டமடித்திருந்திருந்தது
மணல் தரையில் கால்கள் நோகப் பார்த்திருந்தது
பசியின் ஏக்கம் கண்களில்
ஒரு சேர கால்களை ஊன்றி இறக்கைகளை
விரிக்கிறது
உயிர்ப்பிரியக் காலப் போதாமையை உணர்ந்து கொண்டது

1 உன்னைப்போலவே இருந்தது
   உன்னைப்போலவே கண்கள்
   உன்னைப்போலவே சிரித்தது
   உன்னைப் போலவே கால்கள்
   பெரியபெரிய விரல்கள்
   கையிலிருந்ததை எடுத்து குழிப்பாட்டித்தரவும்
   வாலிபனாகி விட்டிருந்தது
   என்றாள்

2 இறக்கத் தொடங்கி இருந்தேன்
   எத்தனை மோதல்களைக் கண்டிருக்கிறேன்
   எத்தனை முறை விழுந்து புரண்டிருக்கிறேன்
   எத்தனை முறை உடைந்து நொருங்கி இருக்கிறேன்
   இப்படியாக சாகக்கிடந்ததில்லை
   மயக்கமாக வருகிறது
   இருத்தலில் இருந்து போய்விடுவேனோ

3   அவர் இருத்தலில் இல்லை
    போனது பற்றிய பதிவுகள் எதுவும் ஆழமாக இல்லை
    வருகையின் காரணங்களும் புரியவில்லை
    என்னுடன் நிகழ்த்திய உரையாடலின் போதாமை
    என்னிடமும் அவரிடமும் நிறையவே இருக்கிறது
    அவரிடமிருந்து ஆதி விந்து நானாக வந்தது

- "ஒரு துளியின் இடத்தை இன்னொரு துளி பறிப்பதால்
 தானே நிகழ்வு மழையாகிறது"
 என்றபடி உணர்வு பொங்க புணரத்தொடங்கவும்
 அவள் நின்று நிதானமாய் உணர்வு கூடி வரக்காத்திருந்தவள்
 இயல்பாய் முனகியபடி
 "துளியைத் துளி புணர்கிறதென்றும்
 கொள்ளலாம் இல்லையா" என்றாள்

 நீராடச்சென்ற குளத்தில் கிடைத்த மீனொன்றை
 மதியம் கறியாக்கினேன்
 பின் மாலையில் பறவைக்குத் தானியமிட்டேன்
 பறவைகளிலொன்று இரவுக்கு இரையானது
 பசித்த பொழுதுகளிலெல்லாம் மழை வருகிறது
 மூடிய கண்களைத்திறந்து
 துளியைத் துளி புணரும் மழையைக் குதூகலத்துடன் பார்க்கிறேன்

● எங்கேயோ தூரத்தில் பிறிதொரு காலத்தில்
திறக்கப்பட்ட யன்னலின் வழி வெளிச்சம்
என் அறையினுள் நிரம்பி மூழ்கடித்திருக்கிறது
வெளிச்சத்தில் மூழ்கிவிட்டேன்
கண்களை மூடியபடி வெளிச்சத்தை விட்டோடுகிறேன்
இருத்தலில் இருந்து பின்வாங்குகிறது தேகம்
இல்லாமையின் பின்கதவும் முன்கதவும் அடைக்கப்பட்டிருக்கின்றன
ஓடி ஓடி ஓடி எங்கே ஒளிவது
ஒளிந்து கொள்ளுமிடத்தில் காற்று வேண்டும்
யன்னல் வேண்டும்
பிறிதொரு இரவும் வேண்டும்
"யாராவது இருக்கிறீர்களா"
இல்லாமையை சுமப்பவர்கள்
நான் இருத்தலில் இருந்து வந்திருக்கிறேன்

● இந்த வழி மூடப்பட்டிருக்கிறது
திறக்கப்படும் தருணம் வரை வரிசை
நீண்டு நீண்டு நீண்டு நீண்டு நீண்டு போகிறது
கதவு திறக்கும் வரையான நேரங்களை சந்தோசிக்கிறேன்
எப்பொழுதோ ஒரு பொழுதில் கதவு திறக்கப்படத்தான் போகிறது என்றான
படபடப்பு ஒட்டிக்கொண்டுள்ளது
எதிர்படும் முகங்களை முன்னெப்போதும்
சந்தித்திருக்கவில்லை
என் சாயல் எவரிடமும் இல்லை
என் அலைவரிசையில் யாருமில்லை
எப்படி இவர்களுடன் பயணிப்பேன்
இவர்களின் கண்களே கொல்லும் தொனியில் இருக்கிறன்றனவே
இவர்களா என்னுடன் தூங்கப்போகிறவர்கள்
இவர்கள் சமைத்த உணவையா உண்ணப்போகிறேன்
இவர்களுடன் தான் என் ஆடைகளைப் பரிமாற்றிக் கொள்ள வேண்டுமா
உரையாட,சிரித்து சேவிக்க,சில பொழுதில் ஆலோசிக்க என்று
எல்லாமும் இவர்களுடனா

என்வாசனை படிந்த இடமென்றொன்று எங்காவது இருந்தால்
கண்டடைய வேண்டும்
என் கண்களுடன், காதுகளுடன்
என் குரலில் பேசிச்சிரித்து மகிழ்ந்திருக்கும்
நுண்ணுயிரொன்று
கடலின் ஆழத்திலோ மலையின் விளிம்பிலோ இருக்கலாம்
வாசனையை முகர்ந்து பிடித்துவிட
பெரு மழை வேண்டும்
பெரும் காற்று வேண்டும்
எல்லாம் அறிவித்திடும் அந் நட்சத்திரம்
உச்சி ஏறிவிட்டதா

என் கைகளைப் பற்றிக் கொள்
தோளோடு சாய்ந்து கொள்
உன் சாயல் என்னிடமிருக்கிறது போலுள்ளது
எங்கிருந்தாய்
என்னை மறந்தே போகுமளவிற்கு அப்படி
என்ன செய்துகொண்டிருந்தாய்
எங்கிருந்த படி கண்டடைந்தாய்

பாதை எங்கும் கூடவே வந்திருந்தாயா
உன் சாயல் என்னில் இருப்பது கண்டதும்
ஒரு பொழுது துணுக்குற்றாயா
சாயல் கொண்டதால் தான் எதிர்ப்பட்டாயா
உச்சி நட்சத்திரம் அறிவிக்கும் முன்
வெளிப்பட்ட காரணம்;

● ஆக மொத்தம் எத்தனை கண்கள்
எண்ணி எண்ணி தீராத பார்வையில்
பார்த்திருந்த நட்சத்திரம் ஒவ்வொன்றாக விழுகிறது
பின் இறுதியாக மின்னி
வெளிகொண்ட வெளிச்சம் தீராது போலுள்ளது
இதுவரை கீச்சிட்ட பறவையின் சத்தமே இல்லை
அங்கிங்காக உதிர்ந்த சிறகுகள்
பறப்பின் வாதைகளின் நீட்சி
போகப்பொருளின் முன் சாஷ்டாங்கமாக
மண்டி இட்ட சர்ப்பம்
வளைந்து வளைந்து வெளிச்சத்தில் பாகமெடுக்கிறது
ஒளியில் ஊதி ஊதிப் பெருத்து
அவ் வெளி எங்கும் உரு பெருத்த நிழல்
அங்கிங்காக அலைந்த தவளைகள்
நிழலின் இரைப்பையில்
பாம்பிற்கு இரையாக;

- தொட்டியில் நிரப்பப்பட்ட குளிர்ந்த நீர்
பாதரசம் பூசிய கண்ணாடி
மேற்கோண்டு உரையாட முடியாத இடர்
மூழ்கடித்த வெளி
எதற்காக நிற்கவைக்கப்பட்டுள்ளேன்
எங்கிருந்தோ நகர்ந்த தொடர்
விடுபட்டுப்போய் உள்ளது
உளறல்களைத் தந்து காதுகளைக் கிழித்து
தூரத்தே நகர்கிற சத்தம்
வேண்டாமென ஒதுக்கப்பட்ட
நொய்ந்து போன சோப்பு டப்பாவைத்
தூக்கி வீசிட விரும்பவில்லை
அதற்குள் ஆயுள் இன்னும் இருக்கிறது

● மிகை ஏற்பாடுகளை ஒரு பாத்திரத்தினுள் நிரப்பி வைத்துக்கொள்ளுங்கள்
பாத்திரம் நதியில் அல்லது சமுத்திரத்தில்
மிதந்தபடி இருக்கட்டும்

ஒரு கோடைகாலத்தை நார்நாராகக் கிழித்து
பின் பனிக்காலச் சுவரெங்கிலும் ஒட்டி வைக்கிறேன்
நனைய வைத்த இறக்கைகளை உலரப்போடுகிறேன்
பதியம் வைத்த நட்சத்திரங்களுக்கு நீர்
தெளித்து பின் வானத்தின் கிழியல்களைத் தைத்து
சரி பார்க்கிறேன்
ஒரு பனிக்கரடியின் முதுகில் அமர்ந்தபடி
காலத்தின் முக்குகளில் பயணித்தபடி

இச்சை இல்லா பொழுதுகள் என்று எதுவுமில்லை
ஏதோ ஒரு வாதையின் கால்தடம் அல்லது
பூவொன்றின் கைகளுக்குள் அகப்பட்டுப் போதல்

வசந்த காலம் கழிந்த மப்பும் மந்தாரமும் கனிந்த
மழை நாளொன்றில் உழற்றும் வெம்பையின் தீதம்
யன்னல் கதவுகளை மன்றாடித் திறந்தபின்

வெளியையும் அறையையும் ஊடறுத்து நிற்கும்
திரையினை அணைத்தால் சூரியன் இல்லை
மின்விசிறியின் பக்கமாக அமர்ந்திருத்தலில்
மின்துணிக்கைகள் தேகம் ஒட்டாது
நனைத்து உதிர்கிறது

சிறு தூக்கம் வேண்டும் பெரும் கனவு போல்
தூக்கம் தூக்கத்துள் தூக்கமாகக் கழியட்டும்

- என் ஓவியங்களில் இருப்பவர்களைச்
சந்தித்ததேயில்லை
வரைந்துகொண்டிருக்கும் பொழுதுகளிலும் பேசமுயன்றிருந்ததும் இல்லை
கற்களைப்போலவும் மலைகளைப்போலவும் வரைந்து முடித்து விடுவேன்
முடித்ததும் சிலகாலம் அப்படியே கிடப்பில் இருக்க விட்டு
வேறொரு புதிய கான்வஸை நிமிர்த்தி வைப்பேன்
அதற்கிடையில் அவர்களுக்குள் காதல் வந்திருக்கும்
முத்தங்கள் பரிமாற்றப்பட்டிருக்கும்
கலவி முடிந்திருக்கும்
சிலர் பால்ய காலத்தைக் கடந்திருப்பர்
சிறுமியர் பருவமடைந்திருப்பர்
சிலர் புதிய ஊருக்கு புதிய காலத்திற்கு
புதிய தெருவிற்கென பயணப்பட்டிருப்பர்
சில மூப்பும் சில சாவும்
சில மரங்கள் காய்ந்தும்
சில விதைகள் முளைத்தும் என
வரைந்த ஓவியத்தை மறுபடி பார்க்கக் கிடைத்த ஒரு நாளில்
அது வேறொரு காலத்தில் தன்னை நிகழ்த்திக்கொண்டிருந்தது

- நேற்றைய நாள் இன்றைய நேரம் கொடூர பசி
எடுத்து வந்த பாஸ்தா ஒரு சுற்றுக்குப் போனது
அடுத்த சுற்றும் தேவைப்பட
உருளைக்கிழங்கு பொரித்தது இரண்டு டின்னில் அடைக்கப்பட்ட பெப்சி
போதாதுதான் இருந்தாலும் சமாளித்துக் கொண்டேன்
பெரும் மழை
இரவு காலம் தாழ்ந்து தூக்கம்
ஒரு கனவு இரண்டு விழிப்பு
தூக்கத்தின் இடை இடையே எழுந்து
கட்டிலில் சாய்ந்து அமர்ந்து கொள்கிறேன்
எதேனும் ஒரு வெளிச்சம் கிடைத்தாலே போதும்
ஒரு கவிதை எழுதி முடித்திருப்பேன்
முற்றும் இருளாகவே இரவு கடந்தது
தாமதமாக விடிந்தது
அவசர அவசரமாக நெகிழிப்பையில் நிறைந்து
நாற்றமெடுக்கும் உணவுக்கழிவுகளை
அகற்றி முடித்தேன்
குளிரில் குளித்து ஆடை மாற்றினேன்
பை வழிந்தோடும் அளவிற்குப் பழங்கள்

அடுக்கிய ரொட்டித்துண்டுகள்
சில பிஸ்கட் பொதிகள்
இரண்டு பேருக்களவான டிபன் பாக்ஸ்
மூழ்க சாதம்
இருந்தும் இன்றைய நாள் நேற்றைய நேரம்
ஒரு ஆப்பிள் அதிகமாகி இருந்தது

● கூம்பான ஒரு மலையின் சாய்வான பரப்பில்
ஓடும் நதி
இரண்டு பக்கங்களும் செழித்து வளர்ந்திருக்கும்
மேப்பிள் மரங்கள்
பொதுவில் எல்லோரும் விரும்பும் இடத்தை,
பொருளை அல்லது நபரை நான் வெறுக்கும் படி இருக்கிறேன்
அப்படித்தான் இந்தக் கூம்பான மலையும் சாய்வான பரப்பும் ஓடும் நதியும்
கட்டாயமாக சப்பாத்துக்கள் அணிந்து கொள்வது அத்தனை கொடூரமானது
உடல் மூடி ஆடைகளைப் போர்த்தி போர்த்தி மேலும்
போர்த்திக் கொள்வதும்,
சிலவேளை நீங்கள் இருக்கும் இடத்தில் இருந்து
நான் இருக்கும் இடத்தைக் கற்பனை செய்கையில்
அமைதியானதாக தோன்றலாம்
நிகரற்றதாகத் தோன்றலாம்
குளிர்மையான காற்று வீசுவதாகவும்
குளிர்ந்த மழையும் மெல்லிய இருள் கவிந்த வானமும் இருப்பதாகவும்
தோன்றலாம்

காற்றழுத்தத்தில் சிறகுகளை வலிப்பது போல
எப்பொழுதும் மென் இருள் உழன்றபடி இருக்கிறது
வெளிச்சமொன்றைக் கண்டடையும் வரை
சிலர் கால்களை ஊன்றி நடக்கப் பழக்கப்படுத்தப்பட்டிருக்கிறார்கள்
சிறகுகள் விரித்து பறந்தபடி இருப்பவர்களும் இருக்கிறார்கள்
என் கண்கள் பார்க்கும் படி இருப்பவை
என்ன விதமான நூற்கனத்தில்
என்னை ஆக்கிரமிக்கின்றன
நான் தடுக்குற்று தலைகுப்புற விழுகின்றேன்
கண்கள் மயக்கமடைகின்றன
மார்பளவுக்கு நீர்
தத்தளித்தபடி சிறு மீனின் பின்னால் வளைகிறேன்
மீனைப்போல வளைவதால் அது நானில்லை

- முன்னிரவில் போதையில் உளறுபவர்கள்
அங்கும் இங்குமென அலைந்து கூச்சலிட்டபடி இருந்தார்கள்
கூட்டமாய் கூடி ஓலமிட்டதைப் போல இருந்தது
ஒவ்வொருவராய்க் குறைந்து
இறுதியில் இருவரின் மிதமிஞ்சிய உரையாடல்
பின் ஒரு குரல் மட்டும் அங்கும் இங்குமென
அலைந்தபடி அருகில் இருந்தது
தூரமாகி தூரமாகி
இரவு மட்டும்;
எங்கோ தூரத்தில் நகரும் வாகனத்தின்
கோர்ன் சத்தம் பருமனாய் ஒலித்து மறைகிறது
இப்படித்தான் நாளும் ஒரு பொழுதில் இரவை
எதோ சில கோர்ன் சத்தங்களிடம்
கொடுத்துவிட்டு கலைந்து விடுகிறார்கள்

● "வேட்டைக்குப் புறப்படுவதற்கு முன் கால்களில்
சலங்கைகள் கட்டி விடப்பட்டன
காதுகுளிர சலங்கைச்சத்தம்
மான்களும் மரைகளும் பழக்கப்பட்டுக்கொண்டன
சிலநாள்களில் சலங்கைச்சத்தம்
ரசனைக்குரியதென்று
காதுகளை அகலவைத்து மான்களும் மரைகளும்
வேடனைப் பார்த்திருந்தன
சலங்கைகளைக் கட்டுவதில் வேடனுக்கு உடன்பாடில்லை
போலவே கட்டியபின் சலங்கைகளை அவிழ்ப்பதிலும்
வேடன் பசியுடன் திரும்புகிறான்
அவனுக்கு இந்தக் கூறுகெட்ட சலங்கை மேல்
அத்தனை கோபம்
சலங்கைகள் களவுபோகப் பிரார்த்திக்கிறான்
தொலைந்து போன சலங்கை
ஒன்றுக்கு பலவாய்மாறி
மிருகங்களின் கால்களில் மாட்டி இருக்க கனவு
வனம் சலங்கைஒலியில் இரைகிறது
சலங்கைகளை மாட்டியபடி தெறித்தோடும்

மான்களையும் மரைகளையும் பார்த்து
வேடன் குதூகலித்திருந்தான்
இரையுடன் திரும்புகிறான்
இரையான மானின் கால்களில் கிடைத்த
சலங்கைகளில் மண்டியிட்டுப் பிரார்த்திக்கிறான்
பசி எடுத்ததை சொல்லிப் புலம்புகிறான்
கனவுகளில் மானின் கால்கள் அங்குமிங்கும் அலைகின்றன
சலங்கையின் பிளிறலில் இரவு இறந்து கிடப்பதை
கண் விழித்துப் பார்க்கிறான்

"பிறிதொரு மானைக் கண்டடையும் படி ஒரு அசரீரிக் குரல்"

- சமுத்திரத்தை மென்று உமிழ்ந்து பரவும்
  மீனின் கண்களுக்கு கண்ணி தென்படுவதில்லை
  நீரில் மிதக்கும் வானில்,
  செதில்களை அசைத்து அசைத்து பறக்கிறது
  அதனதற்கு அதனதன் சதை மணத்தில் கவர்ச்சி
  தூண்டிலோடு வரும் சதைத்துண்டை
  வானில் இருந்து கீழிறங்கும் நட்சத்திரமென்கிற நினைப்பில் கௌவும்
  கௌவியதும் முதலில் திமிறும்
  பின் உதறி உதறி தூண்டிலில் மேலுமொரு சதையாகும்

- யன்னல்களை மூடி தூக்கத்தில் இருப்பதால்
வெளியில் நிகழும் மழை "வெளியில் மழை"
சிலபேர்கள் நனைவார்கள்
சிலபேர்கள் ஒதுங்கிக்கொள்வார்கள்
என்னைப் போலவே தூக்கத்தில் இருக்கும் சிலபேருக்கு "வெளியில் மழை"யாக இருக்கும்
துளி எங்கெங்கெல்லாம் விழுகிறதோ அங்கங்கெல்லாம் நனைகிறது
பின் விரும்பியோ விரும்பாமலோ ஒன்றோடொன்று பிணைகிறது.
என் படுக்கையின் வெளியை கூரை தடுக்கிறதால்
படுக்கையை நனைக்க வந்த மழையின் துளிகள்
பேரிரைச்சலுடன் கூரையை நனைத்து
தவி தவித்திருக்கின்றன
காற்றுடன் கலந்து சிதறுகின்றனது
சலசலத்து வழிந்தோடுகின்றன,
அப்போதும் நான் யன்னல்களை மூடி
தூக்கத்தில் இருக்கிறேன்.

● ஆழ்ந்த தூக்கத்தில் என்னில் இருந்து
ஒவ்வொருவராகப் புறப்படுகிறார்கள்
புறப்படுவதற்கு முன் நான் ஆழ்ந்து இருக்கின்றேனா
என்பதை உறுதிப்படுத்திக் கொள்கிறார்கள்
நான் அவர்களின் புறப்படுகையை கனவென்று கடந்துவிடுவேனென
அவர்கள் நம்பி இருக்க வேண்டும்

வெட்டையாகவிருந்த நந்தியா வட்டைமரங்களெல்லாம்
பூக்கத்தொடங்கி இருந்தன
பச்சையும் வெள்ளையும் நிரம்பி அதிகாலை குதூகலித்திருந்தது
நீங்கள் இந்த ஆற்றைக் கடக்க வேண்டுமா;
வாருங்கள், இந்தப் படகில் ஏறிக்கொள்ளுங்கள்
என்கின்ற குரல் என்னை அடைவதற்குள் படகு பயணப்படத் தொடங்கியிருந்தது
செவி பெருத்த நாய்க்குட்டி ஒன்று துள்ளிக்குதித்தோடுகிறது
நான் நாய்க்குட்டியின் பின் நாய்க்குட்டி போல் ஓடுகிறேன்
நான் புறப்படுவதை அவர்கள் விரும்பியிருக்கவில்லை
என்னை என்னில் பொருத்திச் சரிபார்த்த பின்னே
அவர்கள் புறப்படத் தயாராகி இருக்க வேண்டும்

இறக்கைகளை விரித்து பின் சுருக்கி
என விளையாடும் தோரணையில்
மயிலினினம் கூட்டமாக, கூட்டம் கூட்டமாக அங்கு
தோகை விரித்து அகவும் பொழுதில்
கண் விழித்திடலாமென பார்த்திருக்கிறேன்
ஒவ்வன்றாக முன் வந்து என் கால்களைக் கொத்தி
பின் மண்டி இட்டு கடந்து போய் மறைகிறது

வெள்ளைத்துணி விரித்துப் படுக்க வைத்திருக்கிறார்கள்
கண்விழிக்கும் பொழுதில்
காலத்தின் நீட்சியாக
உயிர்த்திருந்த வெள்ளை மயிலின் அகவல்
நிகழ்பொழுதில் வானத்தின் திண்ணையில்
மழையின் துளிகள் விழுந்து மோதி வழிந்து ஓடுகின்றன

● பிறந்து ஒரு சில நாட்களில்
 ஒரு கனவு வந்திருந்தது

இறுதியாக அவர்களுடன் கடந்த பனிக்காலத்தில்
நீண்ட ஒரு மேசையில் ஒன்றாக இருந்து
உணவருந்தியிருக்கிறேன்
அப்பொழுது அவர்கள் எனக்கொரு பரிசு தந்தார்கள்
காக்காய் ஒன்றின் அட்டைப்படத்துடனான
ஒரு கையெழுத்துப் பிரதி
படித்துப்பார்க்கும் எந்த ஆசையும் எனக்குள் இருந்திருக்கவில்லை
ஒருதடவைக்கு இருதடவை அட்டையை
முகர்ந்து பார்த்து
பின் அவர்களிடமே கொடுத்து விட்டேன்
அன்று இராப்போசனம் கடந்து தூங்கப்போகும்
முன் யன்னல் வழி வானத்தை எட்டிப்பார்க்கிறேன்
தொடர்ச்சியாக மின்னல்கள் வந்து வானத்தைப் பாகம் பிரித்தபடி இருந்தன
குறித்த நட்சத்திரத்தை மாத்திரம் கண்கள்
குறி வைத்து பாத்திருந்தன
மெதுமெதுவாக அந்த நட்சத்திரம் என்னுள் வந்திறங்கி உள்ளிறங்கி

உள்ளிறங்கி
பயணித்தபடி இருக்கிறது,பின்
காலத்தின் சர்ப்பமென சுற்றிப்போட்டது
ஒளிச்சமிக்கையில் உரையாடுகிறது
என்னையே உற்று பார்த்படி இருக்கிறது
என்னை யன்னல் ஒன்றை உடைத்து
பறந்து போகும்படி கட்டளையிடுகிறது
கால்கள் தடுமாறுகின்றன
கண்களுக்குள் இருந்து நீல வெளிச்சம் பீறிடுகிறது

யன்னலை உடைத்த கனத்தில்
பின் முதுகில் அமர்ந்து கொள்ளவென
காக்காய் ஒன்று என்னைக்கடந்து போனது

- அவள் முதுகை உயர்த்தி உந்தித்தள்ளுவதற்குத் தாமதம் செய்தாள்
கதறி அழுதாள்,அடிவயிற்றை அழுத்திப்பிடித்தாள்
வலியுடன் கண்களை மூடித்திறந்தாள்
என் வருகைக்காகக் காத்திருந்தார்கள்
மணிநேரம் பின் ஒரு பகல், ஒரு நாள்
ஒரு வாரம் என நாள்களை முழுங்கினேன்
ஆயுதங்களுடன் வந்தார்கள்
திறக்காத கதவுகளின் வழியாக வருவேனென காத்திருக்க முடியாதென
சுவரினை உடைத்து வெளிக்கொண்டு வந்தார்கள்
சாம்பல் பூசி இருந்தேன்
வெளிச்சத்தில் பழக்கப்படத் தாமதமானேன்
என் அழுகை எந்த ஆரவாரங்களுமில்லாதிருந்தது
மேலும் அவள் என்னைச் சந்திக்க ஒரு நாள் எடுத்தது
அந்த ஒரு நாள் ஒரு இரவையும் ஒரு பகலையும் மட்டும் உள்ளடக்கியதல்ல

● என் வீட்டிற்கும் பக்கத்து தெருவிற்குமிடையில்
அவ்வளவாக தூரங்கள் இல்லை
குறுக்காகப் பிளக்கும் பெரும் தெரு
அதில் ஒரு பக்கமாக என் வீடு இருக்கும் தெரு
எதிர்புறமாகப் பிரிவது பக்கத்துத் தெரு
என் வீடு ஒரு காலத்திலும் அந்தத் தெரு
வேறொரு காலத்திலும் சேர்க்கப்பட்டிருக்கின்றன
அங்கு வெயில் எரிக்கையில்
நான் குளிரில் நடுங்கியபடி இருப்பேன்
எங்கள் தெருவில் செடிகளிலும் கொடிகளிலும்
மரங்களிலும் பூக்கள் பூக்கும் நாளில்
அங்கு இலைகள் உதிரத்தொடங்கும்
இங்கிருந்து அந்தத் தெருவை
நடு இரவில் பார்க்கக் கிடைத்தால் வெளிச்சத்தில் குதூகலித்திருக்கும்
அங்கும் இங்குமென நடப்பவர்களும், வாகனங்களும் நகர்ந்தபடி இருக்கும்
பறவைகள் மோதித் திரும்பிச்செல்லும்
எங்கள் வீடு இருக்கும் தெரு இருப்பது அவர்களுக்குத் தெரிந்திருக்காது
அங்கும் இங்கும் வேறு வேறு சூரியன்களும்
நிலவும் நட்சத்திரங்களும் வெளியில் உலாவும்

- விஸ்தாரமான இரவு என் அறையில் இருந்து விரிவதுபோல் உணர்கிறேன்
நான் இருளைப் பார்த்தபடி இருக்கும் யன்னலின் ஒருபகுதியாக எனது அறை
இருளை சுரந்து சுரந்து இருளிடமிருந்து தூரமாகி
வெளிச்சத்தை அடைகிறது
வெளிச்சம் அவ்வறையை சுமக்கிறது
அறை தன் ஆத்மாவை என்னுடன் பொருத்திப்பார்க்க
நீண்ட கட்டிலில் கிடையாய்ப் படுத்து
ஆழ்ந்த தூக்கத்திற்குச் செல்லும் வரை காத்திருந்தது
ஒவ்வொரு கோணங்களில் பொருத்திப்பார்த்தது
நீள அகலங்களில் பொருத்திப்பார்த்தது
பின் என்னை அவ்வெளி எங்கும் உலாவ விட்டது
சில பயமுறுத்தல்களை நிகழ்த்தி
சில நினைவுகளை அகற்றி சில நினைவுகளைப் பதிவு செய்தது
பின் தூங்க வைத்து அதிகாலையில் எழுப்பித்து
யன்னலைப் பார்த்திருக்கும் படி இருக்கையில் அமரவைத்தது,
அறைக்கு முன்னாலிருந்த வயதுமுதிர்ந்த அடுக்குமாடியில்
மேலும் கீழுமாகப் பறந்தபடி இருந்த பறவை ஒன்று
என்பக்கமாகத் திரும்பி என்னையே பார்த்தபடி இறக்கைகளை அசைத்து
பின் நட்பழைப்புக்கான சமிக்ஞைகளைக் கொடுத்தது.

- வசந்த காலத்தின் வாசலில்
முகம்மொத்தம் இளம் சிவப்பு மலர்களால்
உருக்காட்டிய செர்ரீ மரமொன்று
அத்தனை இதழ்களையும் மண்ணிற்கு உதிர்த்துவிட்டு
துளிர்விட்ட ஓர்க்கிட் செடியின் இதழ்களைப் பார்த்தபடி இருக்கிறது

- கட்டெறும்பொன்று தன் இரையைக்
 கவ்விச்சென்ற வழி எங்கிலும் இளைப்பாறிய தடங்கள்
 ஒரு கணு அளவு இரையில் சிந்திய
 இனிப்பின் சுவை பிரபஞ்சத்தின் நாக்கில்
 தித்தித்தபின்னும் மீதமிருக்கிறது

- என் படுக்கை வரை ஒரு பறவையின் குரல்
  எப்போதாவது ஒன்றாகப் பறந்திருப்போம்
  அதன் ஞாபகம் அதற்கு

- என் மண்டைக்குள்
 ஒரு வானமும் ஒரு நதியும் இருப்பதைப்போல இருக்கிறது
 எப்பொழுதும் மின்னும் நட்சத்திரங்களைத் தழுவியபடி
 ஒரு படகின் சுவையுடன் அசைகிறேன்

- நான் கதவுகளை திறந்ததும் கடக்கும் கால்கள்
 ஒருகணம் என் வாசலைப் பார்த்தபடி இருந்திருக்கும்
 ஒரு பெரு நிலப்பரப்பைக் கடக்கும் பறவைக்கு
 எந்த வெளியை எப்போது கடந்தோம் என்கிற நினைவிருக்காது

- நார் வாரி கிளைதேடும் குருவியைப் போல
  இந்தப் பிரபஞ்சத்தைக் கைகளில் சுமந்து கொண்டோடி
  ஈரமான வெளிகளில் பதியம் வைப்பேன்

- தனித்து விடப்பட்ட ஒற்றையடிப்பாதையில்
கடக்கும் ஒரு சோடிப் பாதங்களின் முத்தம்
பாதையின் மீதான காலத்தின் சாபமோட்சமாகும்

- ஒரு இரவும் ஒரு பகலும் அதிகம்
இரவு மட்டும் இருந்தால் போதுமானது
வானமில்லை என்னிடம்
நடசத்திரங்களைப்பற்றி கதை எழுதுபவர்கள்
இல்லாத வானத்தை இருப்பதாகக் கற்பனை செய்து கொள்ளுங்கள்

- விளையாட்டாகவேனும் என்னைப்
  பெயர் சொல்லி அழைப்பது பிடிக்கவில்லை
  உங்களுக்கு நிகழ்ந்திருக்கிறதா தெரியவில்லை
  பிறவிகளாய்க் கொண்ட பெயர்களை எல்லாம்
  ஒரே வேளையில் அழைத்தால்
  எந்தப் பெயரில் என்னைப் பொருத்திப் பார்ப்பது

- ஒரு மிதமான மழை நாளின்
  தூக்கத்தில் இருந்து கண்விழிக்கையில்
  புதிதாய்ப் பாடல் ஒன்று நினைவில்வரும்
  வரிகள் சுத்தமாய் மறந்திருக்கும்
  எப்போதோ கேட்டது போல அல்லது படித்தது போலவும் இருக்கும்
  நெருங்கிவரும் புலர்காலை
  குருவிகளின் பாடலைக் காதில் கொண்டுவந்து போட்டதும்
  அந்த வரிகள் கைக்குள் வந்து சேர்ந்திருக்கும்

- ஒரே பாடலை மனனம் செய்த இன்னொருவரைச்
சந்திக்கும் வரை
மனனம் செய்த பாடலின்
உதைப்பில் மிதந்து கொண்டிருபேன்
நாங்கள் சந்திக்கும் பொழுதில்
பாடல் முடிந்து போகும்

- அடர்ந்த வனத்திற்குப் போகும் பாதையில் குட்டியாய்
ஒரு குருவியின் வெள்ளைச்சிறகு
மௌனமாய் வெளியை அளக்கிறது
கோபமாய் படபடப்புடன் இருக்கிறது
காற்றில் ஓடும் வேகத்தைப் பார்த்தால்
எங்கிருந்ததோ
எதன் பறப்பில் எல்லாம் கூட இருந்ததோ
அந்தக் குருவியிடமே போய்
ஏன் என்னை உதிர்த்து காற்றில் அலையவிட்டாய்
என்று கேட்கும் போல் இருக்கிறது

- நீங்கள் உங்களை ஒரு வனத்திடம் ஒப்புக் கொடுங்கள்
புற்களின் முகமாய் அர்த்தப்படும்
மீச்சிறிய பூக்களிடம் ஒப்புக்கொடுங்கள்
காற்றின் பாட்டின் தொனியில்
அசைந்தாடும் மரங்களிடம் ஒப்புக்கொடுங்கள்
மரங்களின் நிழலில் இறகைக்கோதும்
குருவிகளிடம் ஒப்புக் கொடுங்கள்
குளத்தின் கரையில் படிக்கட்டின் இடுக்குகளில்
ஒட்டிக்காய்ந்த தானியங்களை
கொத்தும் புறாக்களிடம் ஒப்புக்கொடுங்கள்
தாயின் வழி புரளும் வாத்துக் குஞ்சுகளிடம் ஒப்புக்கொடுங்கள்
முடிந்தால்;
அத்தனையும் உங்களிடம் தங்களை ஒப்புக்கொடுக்கும்

- நான் உங்களுக்காய் ஒரு நாய்க்குட்டியைத் தருகிறேன்
மொத்த அன்பின் ரூபமாய் உங்களுடன் இருக்கும்
உங்களை தன் இணையாக எற்றுக்கொண்டபின்
பிரிவை ஏற்றுக்கொள்ளாத காதல் அதனிடமிருப்பதால்
பிரிவைக் கொடுக்கும் காலம் வருமென்றுணர்ந்தால்
இப்பொழுதே அதை என்னிடம் திருப்பிக்கொடுத்துவிடுங்கள்
எங்கிருந்ததோ அதை அங்கேயே விட்டுவிடுகிறேன்
அதனால் பசித்திருப்பதை விடவும்
பிரிந்திருப்பது முடியாதது

- என்னை நீங்கள் மன்னிப்பதாய்ச் சொன்னபோதே மறுத்திருக்க வேண்டும்
உங்கள் மன்னிப்பை என்னால் சுமந்து கொள்ள முடியாதிருக்கிறது
கூடுதலாய் ஒருமுறை
இந்த மலையின் தாழ்வாரத்தில் ஓடும் நதியில்
அமிழ்ந்துவிட சபிக்கப்பட்டேன்

- காடுகளில் அழைத்துப்போக
  காடுகள் ஆகச்சிறந்த இரு கைகளை அனுப்பிவைக்கும்
  அந்தக் கைகளில் பூக்களிருக்கும்
  நதி ஒன்றின் மேனியில் அசைந்துவரும்
  அதன் வழியில் போய்த் திரும்புகையில்
  காடுகள் கைகளில் கனி ஒன்றைக் கொடுத்துவிடும்
  அந்தக் கனியினுள் அத்தனை லோகங்களும்
  மார்போடு கட்டிஅணைத்து முத்தமிட ஒரு காதலும்
  அதிகமாய் ஒரு காலவெளியும் இருக்கும்

- என்னிடம் எனக்கென்று இருப்பது இந்தக் குறுகிய
  தெரு ஒன்றுதான்
  அதுவும் அதில் பயணித்தபடி இருப்பதால் இருக்கிறது
  பறவைகள் உதிர்த்துப்போன இறகுகளும்
  மரங்கள் உதறிய இலைகளும்
  செடிகளில் இருந்து கொட்டிய பூக்களுமாய்
  கேட்பாரற்றுக் கிடக்கும் இந்தத் தெருதான்
  அத்தனை முதிர்வையும் வாரித் துடைத்துவிட்டு
  தெருவைக் கடந்து முடித்துவிடாதிருந்தால்
  பறவைக் குஞ்சொன்றுக்கு இறக்கை முளைத்திருக்கும்
  மரங்கள் துளிர்த்திருக்கும் செடிகளும் பூத்திருக்கும்

- கூட்டைப் பின்னி முடித்ததும்
பறவைக்கு
இறக்கையில் சுமந்து வானத்தை
தன் கூட்டுக்குள் கொண்டு வந்துவிட முடியும் என்கிறதாக ஒரு கனவுண்டு

- நீங்களும் இருங்கள் வானம் பார்த்தபடி
  எப்போதென்று தெரியாது
  எப்போதாவது ஒருமுறை எதாவதொரு ஒரு நட்சத்திரம்
  கை நீட்டி அழைத்துப்போகும்

- என் யன்னலின் மறுபக்கத்தைப் பார்ப்பதற்கு
திரைச்சீலையை விலக்குதலே போதுமானது
எப்படிப்பார்த்தாலும் என்னுடன் உயிர்த்திருக்கும்
அச்சிறு குருவியின் முகம் தெரியாது
குரலைக் கொண்டு அதைக் கற்பனை செய்யும்
என் முகமும் அதற்குத் தெரிந்திருக்காது
எங்களுக்கிடையில் உயிர்ப்பிருக்கும் வரையே
நானுமிருப்பேன் அதுவுமிருக்கும்

- என்னை வெறுக்கும் கைகளைப் பற்றும் போது
என் நேசத்தில் இருந்து விலகுகிறீர்கள்
என் ஆற்றாமையில் என் மலினத்தில்
நான் ப்ரியத்தில் இருந்தும் விடுபடுகிறேன்

- இந்தப்பேரழகு பூமி தூரமாகவில்லை
  வாசலிற்குப் பக்கமாகவே இருந்தது
  சந்திக்கத்தான் நாளானது

- எப்பொழுதும் எனக்கு சிறகுகள் வேண்டும் என்பதாகப்
பிரார்த்திக்கிறேன்
பிரார்த்தனைகள் பிரார்த்தனைகளாகவே இருப்பது
வானம் சிறகு பூண்டு என்னிடம் வருவதற்காய் இருக்கலாம்

எப்போழுதும் கடக்கும் தெருதான்
அன்றென்னவோ அத்தனை கூட்டமிருந்தது
யாரிடமிருந்தும் என்னைப்பார்த்து ஒரு புன்னகை கூட இல்லை
சோர்ந்து போய் கால்களின் வழியில் நடக்கிறேன்
நாய்க்குட்டி ஒன்று தட்டி தட்டி என்னையே தொடர்ந்திருக்கிறது
அப்பொழுதுதான் உணர்ந்திருந்தேன்
மெதுவாய்க் குனிந்து அதன் கண்களைப் பார்க்கிறேன்
அது என்னை முகர்ந்து பார்த்தபின்
அடைக்கலமாய் என் கண்களையே பார்த்தபடி இருந்தது
என் பாரத்தை சுமக்க உன்னால் முடியுமா
என்று கேட்பது போல் கண்களை சொருகி தலையை ஆட்டியது
பயப்படாதே என் பாரம் உன்னுடையதை விட
குறைவானதென்று சொல்லியபடி
அணைத்து தூக்கி நடக்கிறேன்

- பறவைகள் எப்போதும் ஒரு காலை வானத்திலும்
மறு காலை பூமியிலும் கொண்டிருக்கும்
நான் ஒரு காலை என் அறையினுள்ளும்
மறுகாலை பரந்த வெளிகள் மீதும் விரவி இருப்பேன்
எனதறை ஒரு போதும் இந்தப் பிரபஞ்சத்தினுள் இருப்பதில்லை
பிரபஞ்சங்களைப் பிரசவித்தபடி இருக்கும்
மேலும் தனித்த ஒரு பிரபஞ்சமாகவிருக்கும்

- தூக்கத்தின் தொலைவில்
 ஒரு மென்னிறப்பூவொன்றைக் காண்கிறேன்
 ஒவ்வொரு தூக்கத்திலும் அதன் தூரம்
 குறைந்தபடி இருக்கிறது

- ஒளிபடும் வேளையில் ஒரு கண்ணாடியாய் மின்னுதல்
 தூக்கக்கலக்கத்தில் தடுமாற்றம் என்று வைத்துக்கொள்ளலாம்
 போவதும் வருவதுமாய் இருக்கும் மயக்கத்தில்
 எங்கு பறந்தோம் எங்கு மிதந்தோம் என்கின்ற
 எந்த நினைவுமில்லை

- தனித்திருப்பவன் வெளி
 பெருங்கடலின் ஆர்ப்பரிப்பைக் கொண்டது
 கண்ணுக்கெட்டும் தூரம் வரை
 ஆர்ப்பரித்து கடந்த கடல்
 அணைத்துக்கொள்ளும் கால்களிடம்
 நுரையாய் வந்தடையும்

- குழந்தைகளாய் மாற முடிந்தால்
நட்சத்திரங்களைப் பாருங்கள்
கல்லெறிந்து பறித்துவிடமுடியும் என்பதாக
குதூகலித்திருப்பீர்கள்

● மரங்களும் குளமும் பேசிக்கொள்ளும்

வாத்துகள் கால்களை முள்ளாய்க்
குத்திக் கிழிப்பதைப் பற்றிய முறைப்பாடுகளைப் பரிமாறும் குளத்திற்கு
உலாவும் மனிதர் குளிர்ச்சியைத் தின்று போவதால்
வெம்மையில் உழல்வதாய் மரங்கள் சொல்லும்
.
எந்தப்பக்கம் இழுத்தும் இயைந்து போகாத கோபம்
மரங்களின் மீது காற்றிற்கு இருந்தது
தன் ஆற்றாமையை புயலாகிய நாளில்
அதிகாரம் செய்து திருப்திப்பட்டுக் கொண்டது

- கடல் ஒரு திரை என்றால் நீர்
  மேவி துள்ளும் மீன் கிழித்துவிடுகிறது

- ஒரு மீனும் ஒரு மீன் கொத்தியும் சந்திக்கிற பொழுதை
நிகழ்த்துவதும் குழப்புவதும் கடலின் கணக்கு
சமயங்களில் அலையால் தூக்கி எறிப்படும் மீன் குஞ்சொன்று
காத்திருக்கும் பறவையின் வாயினுள் வந்து விழுந்துவிடும்

- மேகக் கூட்டத்தை எண்ணி வருந்துகிறேன்
  சூரியனையும் நட்சத்திரங்களையும்
  மறைக்கக் கூடியதாய் ஒரு காலமும்
  அதற்குக் கிடைத்திருந்தது
  அந்தக் காலத்தைக் கடந்து வந்த காலமென
  உடைந்து துளியாய்ப் பிரிகையில் நினைத்துக்கொள்ளும்

- உவர்ப்பைக் கரைக்கும் அமிர்தத்தைப் பருகும் வரை
  கடல் ஆர்ப்பரித்தபடியேதான் இருக்கும்

● நான் வளைந்து வளைந்து ஓடுவதால்
  நேராய் ஓடும் நதியைப்பார்த்துக் குளிர்தலும் எரிதலும்
  அந்தப்பக்கம் எப்படி இருக்கிறது என்பதில் இருக்கிறது
  எல்லாமும் தராசின் கணக்கில்
  தாழ்தலும் உயர்தலும் சமப்படாது

- என்னைக் கவ்விக்கொண்டு பறக்கிறது காலம்
  நான் அதன் வாயிலிருக்கிறேன்
  நானே அதற்கு உணவு

- பறக்கும் விமானத்தில்
 யாரோ ஒரு அனாமதேயப் பயணியின்
 கைகள் அசைவது என்னைப் பார்த்துத்தான்

- திசை எங்கிலும் தேகம் ஒட்டாதது வானம்

- எனக்காக வேண்டி பிரார்த்தனை செய்ய ஒரு கூட்டமே இருந்தது பிரார்த்தனையின் கனம் தாங்காமலேயே மூழ்கிப்போனேன்

- இறுதியாக சில நாற்காலிகளே மீதமாகவிருந்ததால்
  முன் வந்தமர்ந்தவர்கள் எடுத்துக் கொண்டதால்
  பின் வரிசையில் நின்று கொண்டிருந்தேன்
  யாரோ ஒருவர் எழுந்து கொள்ள
  ஏதேனுமொரு காரணத்தைத் தேடுகிறேன்

● அம்மனாச்சியைக் கைவிட்டு விடக்கூடாதென்று
அம்மா, சொல்லக்கேட்டிருக்கிறேன்
எப்பொழுதாவது மாலை நேரங்களில் அழைப்பெடுத்தால்
"அம்மனாச்சி தனியா இருப்பா எண்டு போய் விளக்கு கொழுத்தீட்டு வந்தனான்"
என்பதாக அம்மா சொல்லுவாள்; நம்புகிறேன்
விளக்கின் வெளிச்சம் பரவித் ததும்பும்

- காததூரம் பயணித்திருந்தாலும்
தன்வனத்தை அடைந்ததும்
இறக்கையைத் தளம்பவைத்து
வட்டமாய் பறந்தே தீதம் தீர்க்கிறது
குரலெழுப்பி சன்னதம் கொள்கிறது
மறுகுரல் எட்டாதவரை வட்டம் சேராதிருக்கிறது
குஞ்சுகளுக்கென்று அதன் கதகதப்பே
மீதமான பிடிமானம்
இறக்கையில் ஒளிந்திருக்கும் பூச்சிகள்
போதுமானது அவைகளுக்கு
பறவை தன் தேகத்தை இரையாக்கிடத் தயார்படுத்திக்கொண்டது

- குளிரின் கூதல் தீரும்படியாக
மேபிள் மரங்களைச் சுற்றிப் படரும் அடர் பச்சை இலைக்கொடியின் காதல்
இருள் கவிழ்ந்தபின்னும் காதலாகவே தொடர்கிறது
ஓராயிரம் முறை மரத்தைச் சுற்றி வைத்த
முத்தத்தின் ஈரம் காயாதவரை கிழக்கில் சூரியன் எழ வாய்ப்புகள் இல்லை

- ஊதி ஊதி பெருகி பின் கருகி இருந்த மலர்
  காலத்தின் கால்களில் மல்லாக்காய் சரிந்திருந்தது

- பயணச்சீட்டு முன்பதிவு செய்திருந்தும்
மலைக்கோவிலிற்குப் போகக்கிடைக்கவில்லை
மலை கீழிறங்கி வந்துவிட வாய்ப்புகளில்லை
நதியை அனுப்பி வைத்திருந்தது அதுவும் இன்னும் வந்து சேர்ந்திடவில்லை
பணம்கட்டிய சிட்டை கையிலிருப்பதால்
குறித்த புகையிரதம் கோவிலை அடைந்திருக்கும்
எனக்காக வேண்டிக்கொள்ளும்

- இலைதுளிர்காலமாயிருந்து கோடையிடம் பணிகிறது பருவம்
இருள் குறுகுகிறது
பறவைகள் லோகம் யுகயுகமாய் துனுக்குற்றிருக்கும்
காலத்தில் இலைகளைப்போல
இறக்கைகளை உதிர்த்திட முடியாதிருப்பதற்காய் வருந்தும்
வேறு வேறு பருவங்கள் வேறு வேறு பிரபஞ்சங்களாய்த் தோன்றக்கூடும்

- கடைகளில் பல அடுக்குகளில் பெரிதும் சிறிதுமாய்
  துண்டங்களாக்கப்பட்ட மாமிசம் அடுக்கப்பட்டிருப்பதைப்
  பார்க்க நேரும் போதெல்லாம்
  என் சதைகளை கண நேர இடைவெளியில்
  மறுபடி மறுபடி யாரோ அறுப்பதுபோல் இருக்கிறது

- ஒரு குயிலோ பறவையோ
பாடுவதைக் கேட்க வேண்டுமென்றால்
குறைந்தபட்சம்
ஒரு காலை வேண்டும்
யன்னலைத் திறந்து வைக்க வேண்டும்
காதுகளை மூடாதிருக்க வேண்டும்
கொஞ்சம் விழிப்பில் இருக்க வேண்டும்
என்பதெல்லாம் மேலதிகம்

- வனங்களின் நிழலாயிருப்பவன்
  பாதைகள் அற்ற வெளியைக் கடக்கையில்
  புரண்டுருள புல்வெளியையும்
  தாவிப்பாய மரக்கிளைகளையும்
  ஊஞ்சலாட செடி கொடிகளையும்
  நதி கடக்க கற்பாறைகளினையும்
  தருவது வனத்தின் பிரதியுபகாரம்

- வானமளந்திருக்கும் பறவை
  வனத்தை புரிந்திருக்கும் பறவை
  இறக்கையின் ஒவ்வொரு சிறகாகக் கோதி
  இம்மிபிசகாது ஒளிந்திருக்கும்
  ஒரு கூதலை எடுத்துத் தந்தால்
  கட்டியணைத்தல் போதுமானதாக இருக்கும்

- உங்களிடம் வேண்டப்படுவது
நட்சத்திரங்களை சுமந்தபடி இருத்தல்
முடிந்தால் வானமாகுவீர்கள்
மழை பொழியும்
பறவைகளும் பறக்கும்

- என் பெயரைக் கேட்பவர்களிடம்
  என் முகவரி கேட்பவர்களிடம்
  என் தொன்மம் கேட்பவர்களிடம்
  தோராயமாக ஒன்றைச் சொல்ல வேண்டும்
  அதாவது ஏற்றுக் கொள்ளும் படி
  ஒன்றைச் சொல்ல வேண்டும்

- காலம் ஒரு பம்பரம் போல் சுற்றுகிறது
  காலத்திற்கு பறக்க வேண்டும் என்கிற ஆசை
  பறக்க முடியாத கோபத்தில் பம்பரம் போல் சுற்றுகிறது
  சுற்றுவது கூட இல்லை சுற்றுவதாய் நினைத்துக் கொள்கிறது
  காலம் ஓடுவதாய் தான் நினைத்திருந்தேன்
  காலம் நடப்பது கூட இல்லை
  காலம் இருந்த இடத்தில் அப்படியே அங்கேயே இருக்கிறது
  காலத்திற்கு கால்கள்இல்லை, இறக்கைகள் இல்லை, கைகளும் இல்லை

- நீ புரிந்தும் புரியாமலும் கேட்கும் கேள்விகள் அத்தனைக்கும் பதிலிட உத்தேசமில்லை
பதிலிடுவது அனைத்தையும் ஒரு நேர்கோட்டில் குழி தோண்டிப்புதைப்பதற்கு சமானம்.
கடலிடமே வாங்கி
கடலிடமே விற்று விடும்
கரையைப் போல
என் காதலை
உன்னிடமிருந்து எடுத்து
உன்னிடமே கொடுத்து விடப்போகிறேன்

- வெயிலை சந்தித்தல் என்பது ஒளி ஆண்டுகள் தொலைவில் உள்ள சூரியனை ஆரத்தழுவி அணைத்துக் கொள்வதற்கு நிகரானது

● மீதமாய் இருப்பது நான் மற்றும் என்னை சுமக்க
தயாராகவில்லாத ஒரு பறவை

என்னுள் பூத்துக் குலுங்கி காய்த்து கனிந்த காதல் ஒரு இறக்கை
கொண்ட மிருகம்

- நிழல்களில் இளைப்பாற மரங்களிற்குப் போதுமான ஒன்றைக் காலம் கொடுத்து விடவில்லை

- புள்ளியில் இருந்து ஒரு கோட்டை வரையத்தொடங்கிய கைகளை
  அந்தப் புள்ளி நகர்த்தத் தொடங்கியது

● நான் தொலைவிலேயே இருக்கிறேன்
என்னைச் சந்திக்க எல்லோரும் வரட்டும்
என்னை நேசிக்க எல்லோரும் பிரியப்படட்டும்
இருளடைந்த மாளிகையில் ஒரு விளக்கை ஏற்றி வைக்க
குறைந்த பட்சம் ஒரு எரிதணலாவது தேவைப்படும்
உங்களால் இருட்டில் இருக்க நேர்ந்தால்
வெளிச்சங்கள் கிடைக்காது போனால்
உள்ளிருக்கும் வெளிச்சத்தை ஒளிரவிடுதல் நிகழும்

- நான் நினைத்திருந்தது போல் இன்றைய நாள்
உசிதமான தருணத்தில் முடிந்திடப்போவதில்லை
மிதித்த புற்கள் மரமாகச் செழித்து கனிகளை உதிர்த்திட
கைகளில் வீழ்ந்த ஒரு கனியை எடுத்து கடித்தபடி
ஆற்றில் கால் வைக்கிறேன் கடலாக விரிகிறது
ஒரு மீனின் முதுகைப்பற்றிட பறவையாகி என்னைச் சுமக்கிறது
ஒரு வெளி
எங்கேனும் என்கூடு அந்தரத்தில் தொங்கியபடி இருக்கும்
நான் சுமந்து வந்த அகிலத்தை என் காதலியின் மடியில் இறக்கி வைப்பேன்

● ஒரு ஆலமரமும்
முடிவற்று நீண்ட கிட்டிப்புள் விளையாடும் மைதானமும்
உடைத்து கிடத்திப்போடப்பட்ட இருக்கைத்தூணும்
எனக்கு ஞானத்தைப் போதித்திருந்தன
அங்கிருந்து தான் நான் முதன் முதலாய்
காதுகளை மூடிக்கொள்ளவும்
மௌனித்திருக்கவும் பழக்கம் கொண்டேன்
ஜீவித்திருத்தலில் இறக்கைகளின் தேவைப்பாடு புரிந்திருந்தது
இறவாநிலையில் இருத்தல் பற்றிய பூதக் கற்பிதங்களை செவிமடுத்தேன்
ஆசைகளைத் தீர்மானமாகப் பெருப்பித்துப் பேசுவதையும்
நான் பற்றிய உரையாடல்கள்
இருத்தலை ஸ்தம்பிக்காதிருக்கச் செய்வதாயும்
ஆள் உணர்வில் நம்ப இருந்திருந்தேன்
என் பிரபஞ்சம் சிறைப்பட்டிருந்தது
இரும்பு வேலிகளை உடைக்க பாஷாணங்கள் சிலவற்றை பாடகம்
செய்யும் வித்தைகள் கர்மாவின் வழி கைவந்தன
அப்பிரபஞ்சத்தை ஆழமாக நேசித்திருக்கிறேன்
அப்பிரபஞ்சத்தில் நுண்ணிய துணிக்கை அளவான ஞானம்
எரியூட்டப்பட்டபடி இருக்கும்
வெளிச்சத்தின் ஒளி பூதாகரமாகி என்னை மூழ்கடித்திடட்டும் என்று
விட்டுவிட்டேன்

- சமகாலத்தில் நாங்கள் பிறந்திருந்தாலும்
எங்கள் பூமிகள் வேறு வேறு
ஒரே பாதையில் நடந்து கடந்திருந்த போதும்
சந்தித்திட முடியாத தூரத்திலிருக்கிறோம்
ஒரே ஒருமுறை நீ கதறி அழுத சத்தம் கேட்டிருந்தது
ஓடி வந்தேன் தவறுண்டு நதியில் புரண்டுவிட்டேன்
இப்போழுதுவரை தத்தளித்தபடி இருக்கிறேன்
பறந்துதான் வந்திருக்க வேண்டும்,
சில மணிநேர இடைவெளியில் நீ சிரித்திருப்பாய்
தூக்கத்தில் இருந்தெல்லாம்
சமயங்களில் விழித்திருக்கிறேன்
சில நாள்களில் நீ பாடியபடி இருப்பாய்
நன்றாகத்தான் இருக்கும்
முடிந்ததும் மறுபடி பாடும் படி கேட்டிடத் தோன்றும்
கேட்டும் இருக்கிறேன்
கேட்டிருக்கிறதா உனக்கு
ஒரு போதும் நீ மறுபடியும் பாடியதில்லையே
நான் கேட்டது கேட்டிருந்தால் நீ பாடி இருப்பாய் இல்லையா
உனக்குப் பிடிக்குமோ இல்லையோ
எனக்குப்பிடித்த குருத்துப்பச்சை நிறத்தில்
பாசி மணி மாலை ஒன்றினை ஒரு நாடோடிப் பெண்ணிடம் வாங்கி இருந்தேன்

என் பூமியின் பின் யன்னல் வழி வீசி எறிந்தால்
உன் பூமியின் முற்றத்தில் வந்து விழும்
எடுத்துக்கொள்
பாதுகாப்பாய் வைத்திரு ,என்ன;
ஏதாவது ஒரு நாள்
உனக்கு சந்தோசம் மிகுந்திருக்கும் அந்த நாள்
எடுத்து மாட்டி அழகு பார்
என் இறக்கைகள் முழுதாய் முளைத்திருக்கும்
முதல் பறப்பாய் அந்நாள் உன் வாசல் வருகிறேன்

- ஒரு பாதி இறக்கை கொண்டவர்களைக் கேட்டுப்பாருங்கள்
கால்கள் இரண்டும் இறக்கை போல்தான் இருந்தது
வேண்டாத வேலை என்பார்கள்
மோசமான ஒரு சுழலில் சிக்குண்டிருப்பவனிடம்
பார்க்கும் காட்சிகள் அத்தனையும் குதூகலித்திருப்பதாகத் தோன்றும்
தன் கோலம் மட்டும் சிதைக்கப்பட்டிருப்பதாக
சுழலை மேலும் கடினமாக்கியபடி பார்த்திருக்கும் மேல்தளம்
சீக்கு பிடித்த நாள்களில் சிக்குண்டிருக்கிறேன்
காலம் சீராகி பயணிக்கிறது
அந்த நாள்கள் மட்டும் அப்படியே கருந்துளையில்
மாட்டி மரிக்காதிருக்கின்றன
சற்று நேர அமைதி எங்ஙனம் போதும்
சிறுகணம் இருள் விலகுதல் போல
ஒளிந்து ஒளிந்து பித்துப்பிடித்தாட்டும்
கிளைதாவி மீள் வருகையிலும்
வேறொரு கிளையினையே பிடித்திட வேண்டி இருப்பதில்
வாழ்தல் பிடிப்பின்றி இருக்கிறது
வானம் மறுபாதி இறக்கையைக் கேட்கிறது
சுழல் ஒருபாதி இறக்கையினையும் பறித்துவிட்டிருக்கிறது

● என் இணையின் மாம்சத்தின் வழி;
விலா என்பில் இருந்து சிஷ்டிக்கப்பட்டதன் வடிவம்
ஒரு குறு புன்னகையும் மறு பிரதியாக்கம் செய்யப்படும்
கண்ணீர் எந்த சமரசங்களும் இல்லாமல் அங்கும்நிகழும்
உபாதைகள் பிரதி எடுக்கப்படும்
கோபங்கள் தீராதிருக்கும்
தீருகையில் தீரும்
பயணங்களின் ஆசையுடன் நான்கு கால்கள் சேரும்
ஒற்றை ஞாபகத்தில் இருக்கிறோம்
பிறவி இரட்டையர் என்றே பேசிக்கொள்வோம் போதிலும்
அதுவல்ல என்பது எனக்குத் தெரிந்திருந்தது
நாங்கள் எங்கிருந்து வந்தோம் என்பது
நேரிடையாகவே தெரிவிக்கப்பட்ட சமிக்ஞையாக
இந்தத் தரவுகள் கொடுக்கப்படுகின்றன,
நிச்சயமாக இது போல செய்தல்
போல இருத்தல்
என்பதான கோணத்தில் இல்லை
அதுவாக இருத்தல்
அப்படியாகவே நிகழுதல்
ஒரு பறவையின் இரண்டு சிறகுகள் என்கிறதான ஆகுதி
ஒரு பறவையின்;

● என்னையே எடுத்துக் கொள்ளுங்கள்
சீற்றத்திலும்
உடைந்து நொருங்குவதிலும் சமநிலையற்ற தராசு நான்
சீரற்ற அளவீடுகளின் பிராப்தம் ஒரு நிலையான தென்றலை சுவைக்க
மூங்கிலை போல வளைந்தால் தான் முடியும் என்றால் எப்படி
நரகத்தில் தேவனுக்கென ஒதுக்கப்பட்டிருந்த இடத்தில்
அறைகள் நிரம்பி வழிந்து கரை புரண்டோடுகிறது
சம்பவிக்கும் ஒவ்வொரு காலமும்
ஆசையின் பாற்பட்டது
இந்த வானம் தான் அதிகமாய் நினைவில் வருகிறது
எத்தனை முறை பூமியை நனைத்திருக்கும்
பூமியிடம் அந்தக் கணிதம் நிச்சயமாய் இருக்கும்
ஊறும் எல்லா நீரிலும் முதல்துளியின் ஈரமுடன் துதிதமும் சாரமும் இருக்கும்
ஒரு முறையேனும் அங்கலாய்ப்பற்ற நிலையுடன் விழித்திருக்க
பிரயாசைப்படுகிறேன்
போதையைக் கொண்டாடாத மதுக்கோப்பையைப்போல்
மற்றும் மீன்களை விழுங்காத கடலினைப்போல

● தெருவெல்லாம் வெறிச்சோடிப்போய் இருக்கிறது அல்லது
தெருக்கள் என்கின்ற ஒன்றே இல்லாது போய்விட்டிருக்கிறது
அடுக்கடுக்காய் வீடுகள் கட்டிடங்கள்
மரங்கள் செடிகள் கொடிகள்
இப்படியாக
பறத்தலில் இருந்து இறக்கையைத் தாழ்வாய்க் குவித்து வீடடைவோம்
அவ்வளவே
அதிகமாய் பறத்தல் குறித்த அத்தியாயங்களே இருக்கும்
இறக்கையில் ஒவ்வொரு சிறகாய் வாருதல் நிகழும்
நாள்களில் விருப்பப்பிரகாரம் சாயம் பூசுவோம்
உதிரும் சிறகுகளை
குறிப்பேட்டில் பதியம் பண்ணி பத்திரப்படுத்தி வைத்துக்கொள்வோம்
அதில் முதிர்தலும் மரித்தலும் கணக்கில் வரும்
மழை மற்றும் வெய்யில் நாள்களுடன்
பழக்கமாகிவிட்டது
அதிக பனி பொழிதல் ஓய்வுக்குடையதானது
இப்பொழுதெல்லம் இயல்பாய் கிளைகளில் அமர்ந்திருக்கமுடிகிறது
காட்டு விலங்குகளின் பாதையில் அதி கவனம் வேண்டப்படுகிறது
இறக்கைகளால் வானத்தை எப்படி சுமந்து கொள்ளமுடிகிறது என்கிற
கற்பிதங்கள் இல்லை
கூடுதலாய்;
அதி உன்னதப் பிரயத்தனங்களுடனும் இல்லை

- ஒவ்வொரு
  தெருவும் ஒவ்வொரு யாடையில் இருப்பதாய்
  பேசியபடியே மலையின் உச்சிவரை பயணித்துத் திரும்புவோம்
  ஒவ்வொரு தெருவின் உள்ளும்
  சற்றே மறைந்து போனால் பரந்த விசாலமான தனித்தனி வீடுகள்
  ஒவ்வன்றும் ஒவ்வரு மெதுமையான வர்ணங்களுடன்
  மலையின் சாய்வில் அங்குமிங்குமாய்
  ஒரு ஒழுங்கற்ற ஒழுங்கில் ஓவியத்தின் நெடியில் இருக்கும்
  கோடையில் செடிகளும் கொடிகளும் அதில் பூக்களுமாய் பிரகாசிக்கும்
  சில தெருக்கள் வெளிச்சத்துடனிருக்கும்
  சில மந்தாரத்தோரணையுடன் இருக்கும்
  சில நுழைந்ததும் மழைக்காடுகளுக்குள் நுழைந்துவிட்ட குதூகளிப்புடனிருக்கும்
  சில பயத்துடன் ஊறு செய்யும்
  மேலும் சில வெம்மையுடனிருக்கும்
  ஒவ்வொரு தெருவைக் கடந்ததும்
  இவர்கள் மோசக்காரர் கொடூரர்
  குளிர்மையானவர்
  என்பது போன்ற பின்னூட்டங்களுடன்

தெருக்களின் அமைவு உணர்வுகளை தீர்மானிப்பதாய்க் கற்பிதம்
கொள்வோம்
எதாவதொரு தெருவில் எதாவதொரு வீட்டின் வாசலைத்
திறந்து யாராவது வெளியே வருவதைப் பார்க்கக் கிடைக்காதா
என்றிருக்கும்
கூடுதலாய் அவள் ஒவ்வொரு யன்னலாய்ப் பார்த்தபடி வருவாள்
ஏமாற்றத்தின் பின் அடுத்த யன்னலைப் பார்த்திருப்பாள்
அதிகமாய் பூனைகளே தெருவைக்கடக்கும்
அவைகளும் கண்களை எங்கேயோ பார்த்தபடி
ஒரே ஓட்டமாய் ஓடி மறையும்
சமயங்களில் ஆர்வம் தாளாதவளாய்
ஒரு முகமாவது பார்க்கமுடியாதா என்றபடி என்னைப் பார்ப்பாள்
"வீடுகள் மட்டும் தான் இங்கு
மனிதர்கள் வேறெங்கோ இருக்கிறர்கள்"

- அவன் அவளிடம் சரண்டைந்தான்
பூரணமாய் தன் ஆத்மாவின் சாரங்களைப் பிழிந்து
தேகத்தின் ஆடையுடன் அனுப்பி வைக்கிறான்
நீங்கள் நினைக்கிறீர்கள்
குழந்தையை சுமப்பவள்
அதன் ஜீவ ஓட்டமாய் இருக்கிறாள்
அவள் உண்பதுவும்,நினைப்பதுவும்
பாடுவதும்,ஆடுவதும்
தான் சாரமாகும் என்று உருவமைக்கிறீர்கள்
அவள் நதிகளோடு நடந்தால் நதி ஒட்டிக்கொள்ளும்
பறவைகளோடு பேசினால் இறக்கை முளைக்கும்
இதைப்போல இருக்கலாம்
அவனை நீங்கள் விலக்கி வைத்து விடுகிறீர்கள் கட்டற்ற அலைபோல
அலைகிறான்

கோடி காமுறலில் ஒன்றை மட்டும் பத்திரப்படுத்தி
மீதமெல்லாம் ஆறாய் ஓட அனுமதிக்கிறீர்கள்

அப்பாவின் மென்னுணர்வுகளை நுகரும்
காம்புகளுடன்
அம்மாவின் தேகத்தின் ஒருபாகத்தில்
இறுதிப் பருவத்தில் குழந்தை இருக்கிறது
அப்பாவை நுகரக்கற்றுக்கொள்ளுதல் அப்பொழுது முடிந்திருக்கும்

- பூரணமாய் ஒப்படைக்கும் படி சொல்லிக்கொண்டே இருக்கிறார்கள்
ஒப்படைத்திட முடியும்
பூரணமாய் எல்லாம் முடியாது என்று சொல்ல வேண்டும்
அப்படி என்றால் ஒப்படைக்கவே வேண்டாம் என்பார்கள் என்பது
தெரிந்திருந்தும்
பூரணம் ஒரு மது போத்தல் என்றால் அதன் மூடி அளவில்
வேண்டுமென்றால் ஊற்றி ஒப்படைக்கிறேன்
மூடி அளவில் அது பூரணம்

1. நாள் தவறாது அப்பா கனவில் வந்துவிடும் நாட்களில் ஒரு நாளில் குளவி கூடு கட்டி இருந்ததாக அம்மா சொல்லி இருந்தாள் அவளின் வார்த்தைகளில் அவ்வளவு ஆரவாரம் தெரிந்தது

2   எங்கள் ஊருக்குக் கிழக்குப்புறமாய் மலைத்தொடர் உண்டு
    அப்பா தினமும் காலையில் மலையை அடைந்து பூவொன்றை வீசி
    எறிந்து பின் வருவதை வழக்கமாக்கி இருந்தார்
    நீ பிறந்த நாளில் இருந்து இப்படி செய்கிறேன் என்றார்
    நீ பிறந்த நாளின் முந்தைய இரவு கனவில் ஒரு தேவதை வந்தாள்
    அவளின் தலையில் கிரீடமிருந்தது
    அவள் தலையில் இருந்து ஒரு நீண்ட தூரத்திற்குப் பேரொளி பரவி இருந்தது
    அவள் அன்பின் அசூயையாகவிருந்தாள்
    உன் அம்மாவின் வயிற்றை வாரித் தடவியபடி
    தேவதேவனுக்காகக் காத்திருக்கிறேன் என்றாள்
    வலது கை விரல்களினால் இடது உள்ளங்கையில்
    ஊறும் பூக்களை உன் நெற்றி இருக்கும்
    இடத்தில் வைத்து உன் காதுக்குள் ஏதோ சொன்னாள்
    எனக்குப் புரியும்படி அது இருக்கவில்லை
    என்ன சொன்னாள் என்பது
    உன்னிடம் ஞாபகமாய் இருக்கும்
    சமயத்தில் விழிக்கும் என்பதால் கடந்துவிட்டேன்

வாசலைக்கடந்து வீட்டைக்கடந்து தெருவைக்கடந்து
கிழக்குப் புறமாய் ஊரையும் கடந்து
மலையில் இருந்து குதித்தது போல் தான் இருந்தது
யோசித்துப்பார்த்தால் இரண்டு புறமும் மயில் போல தோகை இருக்க
அவள் ஏன் குதிக்கப் போகிறாள்
கவலைப்பட என்ன இருக்கிறதென விட்டுவிட்டேன்

ஒருநாள் தவறாது
மலையின் உச்சியில் இருந்து பூவொன்றைப் போடுவதை வழக்கமாக்கிக்
கொண்டேன்
அதிகமாய் உன்னை சுமந்து வருவேன்
முடியாதபோது உன் தொப்புள் கொடி துண்டொன்றை என்னோடு
எடுத்துச்செல்வேன்

ஒரு பிரார்த்தனை போல் நான் செய்யும் காரியம் எனக்கானதன்றி உனக்கானது
புரியும் நாளில் உனக்காகவே செய்தாய் என்று
என் மேல் நீ குற்றம் வைக்கக்கூடும்
இருந்தாலும் நமக்கானதாகட்டும் விடு

பூவைப் போடும்படி யார் சொன்னது என்று கேட்கிறாய் அல்லவா
அது எனக்கு என் அப்பா சொன்ன கதையின் முடிச்சு
அங்கே பின்னப்பட்ட மாலையில் இருந்து ஒவ்வொரு பூவாய்
ஒடித்துப் போடுகிறேன் என்று வைத்துக்கொள்

நதியில் படகாய் மிதந்து வந்து
அவள் பூக்களைச் சேகரித்துச் செல்வதன் சலசலப்புகள் கேட்பதாய்
அப்பா சொல்வதன்
வழியில் நான் காதை வைத்து கேட்பதாய் முடிவு செய்திருந்த நாளொன்றில்
அவளின் குரலின் தூரம் காதுகளை நீட்டி வைத்தேன்
அவளின் குரல் அருகருகாக வந்தபடி இருந்தது
ஒரு உஷ்னத்தடங்கலில்
வெளிகள் மறைந்து போயின
காலங்கள் மறைந்து போயின
ரூபங்கள் மறைந்து போயின
நாங்கள் பேசிக்கொள்கிறோம்

3   என் அப்பப்பாவை எனக்குத்தெரியாது
    பெரியப்பாவின் திருமணப்புகைப்படத்தில் பார்த்திருக்கிறேன்
    கொஞ்சம் அவர் சாயல் எனக்கிருக்கிறது
    அப்பாவின் திருமணத்திற்கு சரியாக
    ஒரு வருடத்திற்கு முன்பாக அவர் இறந்திருக்கிறார்
    என்பதை சுவரில் மாட்டி இருந்த அவருடைய
    நினைவுப்படத்தில் இருந்து அறிந்து கொண்டேன்
    அப்பாவின் திருமணத்திற்கு முன்பாக அவர் போனதற்கான காரணமாய்
    அவர் மீளவருவதற்கு முன் சற்று இளைப்பாறுவதற்கான காலத்தை
    எடுத்துக்கொள்ளுவதற்காய் இருக்கலாம்

4 எங்கள் வீடு இருக்கும் இடத்தில் ஒரு அரண்மனை இருந்ததாக
அப்பப்பா கனவில் சொன்னதாக அப்பா புதிதாக சொல்லுவது போல
கற்பனைகளைக் கலந்து விபரிப்புகளுடன் சொல்வதைக் கேட்க
நன்றாகத்தான் இருக்கும்
நானும் ஒவ்வொருமுறையும் புதிதாக கேட்பதுபோல ரசனையுடன் கேட்பேன்

வீட்டின் முற்றத்தில் மூலையாய் ஒரு இடத்தைச் சுட்டி
"ஆழத்தில் ஒரு அம்மன் சிலை இருக்கிறது
அது பூனையன் பிரதிஷ்டை செய்த சிலை
கால ஓட்டத்தில் ஒரு நாளில் வெளியே வரும்"
இதுவும் அப்பா சொன்ன கதைகளில் ஒன்று
பூனையன் என்பவன் பூனையன் தோட்டத்து அரசன்

5 எங்கள் வீட்டின் ஒரு பாகத்தில் வேப்பமரத்துடன் கூடியதாக அம்மன்
கோவில் உண்டு
பெரியப்பா பராமரித்து வந்தார்
அவள் அருபத்தில் நிறைந்த போதாமைகளுடன் இருந்திருந்திருக்கிறாள்
அவள் தொடர் நெடுங்காலமாய் ரூபம் தேடி அலைந்து திரிந்திருக்கிறாள்
தொற்றா நேய்களாய் பீடித்து மௌனித்திருந்திருக்கிறாள்
கால நீட்சியில் யாரோ ரூபத்தில் இருத்தி பின் தொலைத்திருக்கிறார்கள்
மீண்டும் மீண்டும் கோபத்தில் அலைந்திருக்கிறாள்
அப்பம்மா அப்பாவுடன் நான்கு சகோதரர்கள் கண்களை விலையாய்
கொடுத்திருக்கிறார்கள்
அப்பா சொன்ன கதைகளில் இதுவும் ஒன்று

கண்களில் ஒளி இழந்ததை நான் பார்த்திருக்கிறேன்
என் மொத்த நிராகரிப்புகளின் சாரம்சமாகவும்
ஏதிலிக்கால்களில் ஒட்டிய கண்ணிகளின் பூரண இருள் வெளியாகவும்
அது இருந்திருக்கிறது
இப்பொழுது அம்மனை ரூபமாய் இருத்திவிட்டிருப்பதால் உங்களுக்கு
வெளிச்சம் வரும் என்று வேறொரு நாள் அப்பாவே சொன்னார்

6   அப்பம்மாவின் அழகை பற்றிய விபரிப்புகளை அவளின் சகோதரிகள்
    வீட்டுக்கு வரும் போதேல்லாம் பேசுவதைக் கேட்டிருக்கிறேன்
    பிரபஞ்சப்பேரழகியை போல் அவளை வர்ணிப்பது
    இதுவரை யாரும் யாரைப்பற்றியும் சொல்லிக் கேளாததொன்று
    என்னுடைய ஐந்து வயதுவரை அவள் எங்களுடன் ரூபமாயிருந்தாள்
    தங்கம் போல் மின்னும் மஞ்சள் தேகமெங்கும்
    விபூதி பூசி ஆழ்ந்த அமைதியுடன் இருக்கும் அவள் முகம்
    எப்போழுது என்னைக்கண்டாலும் பிஸ்கட்டுக்களும் பழங்களும் தருவாள்
    இப்பொழுதும் அவள் ஆத்ம அன்பின் ரூபமாய் நினைவில் இருக்கிறாள்

    அப்பப்பா அப்பம்மாவைத் திருமணம் செய்து கூட்டிவந்த நாளில்
    அப்பம்மாவை அப்பப்பா கடத்தி வந்திருக்க வேண்டும் என்று கேலி
    செய்ததாக அப்பம்மா பகடியாய் சொல்லிச் சிரித்ததாக அம்மா சொல்லுவாள்

7   நாங்கள் வழிகள் தேடி கால்களை நகர்த்தாது அங்கேயே இருந்தோம்
    அம்மா அம்மனாச்சியின் கைகளைப் பற்றியபடியே
    எப்போதுமிருப்பாள்
    வேரூன்றிய மரம் ஒன்றைப்போல் எங்களால் அந்த நிலத்தை விட்டு
    நகர முடியாதிருந்தது
    அம்மா ஒவ்வொரு பூவாய்த் தேர்ந்தெடுத்து கோத்து மாலையாக்குவாள்
    நாள் தவறாது அம்மனின் கழுத்தில் மாலை இருக்கவேண்டும் என்பது
    நிர்பந்தங்கள் ஏதுமற்ற அன்பின் சரணாகதி
    எண்ணெய் ஊற்றி திரிவைத்து ஏற்றும் விளக்கு என் ஞாலத்தில்
    வெளிச்சமாக இருக்கும் என்பதாய் அம்மா நம்புகிறாள்

ஒரு தேவதையை சுமந்தபடியே இருக்கிறான்
அவனுக்கான கட்டளை அது
அப்படி அவன் நினைக்கிறான்
வாழ்வை ஒப்பு கொடுத்தல் என்பது ஆத்ம சம்பாசனை சரணாகதி
நிகழ்தல் உருகுதல் உறைதல்
பின் அப்படியாக உறைந்து போதல்
மரம் உதிர்வதைப் போலும்
மரம் துளிர்ப்பதைப் போலும்
தொடர் விளைவுகளின் நிமித்தம் காதலின் பாலான கோரிக்கை
அன்பின் இணக்கத்தில் சிலித்து நிற்கும்

1   கடந்த கோடையில் அவர்கள் வந்திருந்தார்கள்
    மீன் ஒன்றின் செதில்களைப்போல் மீந்திருப்பவைகளை
    இறக்கிவைத்துவிட அவகாசம் தேவைப்படுவதாய்ச் சொன்னார்கள்

    ஆடுகளின் கேசத்தை உடுத்தி இருந்த அவர்களின் தேசத்தில்
    அக்காலம் குளிராய் இருக்கலாம்
    அவர்களின் மேல் யூகலிப்டஸ் பூவின் வாசனை இருந்தது

    மோரானா மீதான அவநம்பிக்கைகள்
    கனவுகளுள் புகுந்து அவள் அகங்காரம் புரிவதாக
    சில வார்த்தைகள் வெளிப்பட்டன

    தாங்கள் உண்டு உறங்கி கழித்த நேரம் போக வானத்தையே
    பார்த்தபடி இருப்பதாகச் சொல்வது உண்மையாக இருக்கும் போதில்
    வசந்த காலத்தில் மரங்களில் இருந்து பூக்களை ஒளித்துவிடுவதும்
    பறவைகளின் பறப்பை அந்தரத்தில் கட்டிப்போடுவதும் என்று
    அகங்காரத் தொனியிலான
    அவள் முகம் ஏற்றுக்கொள்ளும்படி இல்லை

நீங்கள் மீனின் செதில் போல் என்று பாம்பின் செட்டைபோல
நினைத்த பொழுதில் நடத்திட முடியாத ஒன்றை முறையிடுகிறீர்கள்
என்று கூறும்படியே என்னிடம் தீர்க்கமான முடிவுகளிருந்தது

நான் ஒரு காலத்தை முடித்து வருகிறேன் பொறுத்திருங்கள் என்றதும்
அவர்கள் கூடவே வருகிறோம் என்றார்கள்
என் வார்த்தைகளைக் கேட்டிடாத படி பயத்துடன் இருப்பது
படபடப்பில் இருந்து தெரிகிறது
அவர்கள் மேலிருந்த யூகலிப்டஸ் பூவின் வாசனை மெதுமெதுவாய்
கரைந்து இல்லாது போய்விட்டிருந்தது

வசந்த காலத்தில் மரங்கள் பூக்கவில்லை என்கிறீர்கள்
எப்படி யூக்கலிப்டஸ் பூவின் வாசனை உங்கள் மீதென்றேன்
எங்கள் தேசத்தில் யூக்கலிப்டஸ் காலமும் பூக்கும்
அவள் அதில் காதலுடன் இருப்பதால் தப்பித்திருக்கிறது கூடவே
ஆசீர்வாதத்துடனுமிருக்கிறது என்றார்கள்

ஒன்று செய்யுங்கள் யூக்கலிப்டஸ் பூவின் வாசனையை மறுபடி
எடுத்து வாருங்கள் வாசனையை ஒரு தேவதை ஆக்கித்தருகிறேன்
அந்தத்தேவதைக்கு ஒரு காலத்தைப்பரிசளிக்கிறேன்

அந்தக் காலத்துள் குடியேறுங்கள்
மேலும் என் வாசனையும் அங்கிருக்கும் என்று சொல்லும்போதே
அவர்கள் படகில் ஏறி புறப்படத் தயாராகிறார்கள்

அவர்களின் காலம் இன்றில்லை
யூக்கலிப்டஸ் பூவின் வாசனையுடன் அவர்களின் காலமும் கரைந்து
போனதைப் பார்த்தபடி இருந்த கண்கள் என்னுடையவை
அவர்கள் இல்லாத காலத்தை தேடி போனவர்கள்

இந்தக் கோடையில் காலத்தைத் தொலைத்து விட்டதை முறையிட்டபடி
அவர்கள் வரலாம்

2:1 ஆதிப்பழைய கட்டிடமொன்றில் வாழ்ந்த
மனிதர்கள் கிழக்காய் இருளில் வெளிச்சம் ஒன்றைக் கண்டிருந்த
நாளின் இரவில் காலையில் சூரியவெளிச்சத்தைப்
பார்த்துவிட்டிடக்கூடாது என முடிவெடுத்திருந்தவர்கள்
குதிரை ஒன்றை எங்கு தேடியும் கிடைக்காத களைப்பில் புலி ஒன்றில்
பயணப்படத் தயாரானார்கள்
வழிபாட்டிடம் ஒன்றை முதுகில் சுமந்தவர்கள் கற்சிலை
போலொன்றை மார்போடு சேர்த்தணைத்துக்கொண்டார்கள்

மலைகளும் அதின் வழி ஊறும் நதிகளும் கடந்து
பாலை நிலவெளியை அடைந்ததை குறிப்புணர்ந்து
வனத்தின் முடிவில் பரந்து விரிந்திருக்கும் மரத்தின் சிறகுகளின்
கூதலில் சுமந்து வந்த வழிபாட்டிடத்தை இறக்கி வைத்து விட ஒரு
உந்துதல் வனம் வேண்டிக் கேட்டதாய் இருக்கலாம்

மறுபடி ஆழத்தூக்க வழிபாட்டிடம் கைகளுடன் சேராதிருந்தது சுமை
தாழ்ந்து போகட்டும் என்று அதை மரத்தோடு விட்டுவைத்து மீண்டும்
புறப்பட தயாரானார்கள்
மணல் மேடுகள் பின் பரந்த வெளிகள் என மீண்டும் மீண்டும் ஒரு

சுழலை மீண்டபடி இருந்தவர்கள்
புலியின் கால்கள் தேய்வதாய்த் தெரிகிறது
கற்சிலை கரைந்து போகிறது
அமானுஷ்ய ஒலி அலைகள் விடாது துரத்துகிறது
நட்சத்திரங்கள் குறிப்புகளைக் கொண்டுவந்திருப்பதைப் பார்த்ததும்
கண்களுக்குள் பயத்தின் சாயல் அதிகமாய் ஊடுருவுகிறது
இருவரும் தங்களுக்குள் பார்த்துக்கொள்கிறார்கள்
அடர் இருள் வெளி கௌவிக்கொண்ட அனாதியான
மந்திரப்பொழுது ஆடைகளைக் களைந்து புலியைப் பார்க்க வைத்து கலவி
கொண்டவர்கள் கண்களில் வெளிச்சம்

2:2 ஒரு காலமும் இன்னொரு காலமும் இணையும் சந்திப்பு எப்படி
இருக்குமென பார்த்து விடுவதென்று முடிவெடுத்திருந்த பொழுதில்
பூமியை நிறைத்துவிடும் அளவிற்கு மழை கொட்டி தீர்த்துவிட்டிருந்தது

உங்கள் காலத்தின் கடவுள் பற்றி சொல்லும் படி சந்திப்பவர்கள்
எல்லாம் கேட்டபடி இருக்கிறார்கள்
இறந்து; மறக்கப்பட்டவரை பற்றிப் பேசித்திளைக்க என்ன இருக்கிறது
உங்கள் காலத்தின் கடவுளிடம் கூட்டிச் செல்லுங்கள் என்றோம்

இந்த ஆடையை அணிந்து கொள்ளுங்கள் என்று
ஒரு மினுமினுப்பான கண்ணாடி இழையில் செய்ததுபோல் ஒரு
ஆடையைத் தந்தார்கள்
விம்பம் விழும் தன்மை உடையதாய் இருந்தது பார்க்க பிரமிப்பாக
இருந்த போதிலும்
அணிந்து கொள்ள பெண்கள் கூச்சப்பட்டு ஒதுங்கி நின்றார்கள்
கடவுளைப் பார்க்க இருக்கும் குதூகலம் அவர்கள் சொல்லுவதை
எல்லாம் செய்யும் படி தூண்டிற்று
கடவுள் உங்கள் ஆடையில் விம்பமாய் பிரதிபலிப்பார் என்றார்கள்
கடவுள் எங்களில் விம்பமாய் விழும் நேரத்துக்காய் வரிசையில் நின்றோம்
எங்கே எங்கே என்று பரபரத்தபடி நகரும் வரிசை

வெவ்வேறு கழிந்து போன காலங்களின் மக்கள் அந்தந்தக் காலம் அவரவர்க்குக் கொடுத்திருந்த தோரணையுடன் அவர்களின் காலங்களை வெளிப்படுத்துவது காலங்களில் இன்னும் முடிவற்று உயிர்த்திருப்பதாய் படுகிறது

2:3 கடவுளை தரிசிக்கவே வந்தோம் கடவுள் எங்கே கடவுள் எங்கே
என்கின்ற ஆர்ப்பரிப்புகள் அடங்க வெகு நேரமாகி மெலிதாய்
யூக்கலிப்டஸ் பூவின் வாசனை பரவித்திளைக்கவும் ஒவ்வொரு
கண்ணும் மின்னுவது வெளிச்சமாக தெரிகிறது. வெளிச்சத்தோடு
ஆர்பரிப்புகளும் கரைந்து போயின

கடவுள் அநாமதேயமாக ஒவ்வொரு காலங்களில் இருந்தும் ஒரு
ஆடவனையும் ஒரு பெண்ணையும் தெரிவு செய்வார்
உங்கள் மீது வரும் வாசனையினை மீச்சிறிய அளவிலாவது
மீந்திருக்கும் படி
பார்த்துக்கொள்ளுங்கள்
வாசனையின் வழியே கடவுள் உங்கள் காலங்களுக்குள்
பயணப்படுவார் என்றனர்

பார்த்திருக்கும் போதே ஓடமொன்று அசைந்தபடி வருகிறதைக்
களித்திருக்கையில்
பயணப்படத் தயாராகும்படி அறிவுறுத்தப்படுகிறோம் கடவுளின்
வாசனை மிகுந்திருக்கும் ஓடத்தில் இருந்து தரையைப் பார்க்கையில்
புலி மட்டும் எங்கள் கண்களையே பார்த்தபடி தலையை குனிந்து கொள்கிறது

ஓடங்கள் வரிசையாக நகர்ந்தபடி இருக்கின்றன
சாரை சாரையாக கடவுளின் கூடாரத்தில் ஓடங்களில் வந்தவர்கள்
இறக்கப்பட்டு விலங்குகள் மாட்டப்பட்டு
பார்க்கும் இடமெல்லாம் மரண ஓலமாக
முகங்கள் துயரத்தின் இடுக்கில் மாட்டித் துடிப்பது தெரிகிறது

"காலங்களைக் கடந்து வந்துள்ளோம் கடவுளைப் பார்க்கவென்றே வந்தோம்
சாத்தானின் கைகளில் கொடுத்து விட்டீர்களே"
மீளத்திரும்ப வழிகள் அற்றவர்களின் கண்ணீர் நதியின் நீரை
முகர்ந்து நிறைக்கிறது

2:4 ஒரு மாளிகை அங்கே
கடவுளின் குறிப்புகளுடன் கடவுள் இல்லை
முன் நிற்பவர்கள் எல்லோரும் கத்தி போன்ற கூரிய ஆயுதங்களுடன்
பார்த்திருக்கிறார்கள்

காலங்களின் வாசனை அவர்களை கூட்டமாக்குகிறது
எங்கள் காலம் இறுதி வரிசையில் நின்றிருக்கிறது

முன்வந்தவர்கள் மண்டி இட்டிருக்கிறார்கள்
யார் நீங்கள்; கடவுளிடமிருந்து கேள்வி
நாங்கள் யாரேன்பது உங்களுக்குத் தெரியாததா
மண்டி இட்டிருப்பவர்கள் பதிலைக் கேள்வியாய்க் கேட்டிருந்தனர்
அமைதியாகிறது

கூரிய கத்திகளால் கழுத்துகள் அறுக்கப்பட்டு பயணித்து வந்த
நதியிலேயே வீசப்படுகின்றன

இரண்டாவது கூட்டம் மண்டி
இடப்பணிக்கப்படுகிறார்கள்
எதற்காக என்னைத் தேடி வந்தீர்கள்; கடவுளிடமிருந்து கேள்வி

நாங்கள் எதற்காக வந்தோம் என்பது உங்களுக்கு தெரியாததா
முன்னையவர்களைப்போலவே இவர்களும் பதிலைக் கேள்வியாய்க்
கேட்டிருந்தனர்
நதியில் உடலங்கள் மேலும்

ஒவ்வொரு காலமும் அழைக்கப்படுகிறது
நதி இரத்தத்தாலும் உடல்களாலும் நிறைக்கப்படுகிறது

எங்களிடம் வரிசை வந்து பணிகிறது
நீங்களாவது சொல்லுங்கள்
கேள்விகள் தெரியுமல்லவா; கடவுள் கேட்கிறார்
தடுமாற்றமின்றி வார்த்தைகள் கோக்கப்படுகின்றன

கத்திகளின் பசி எங்கள் காலத்தின் மீதும் இருந்தது

- அப்பா என் கனவுகளில் பயணிப்பார்
அவர் உருகிப்போன உறைந்த இரண்டாண்டுகளில்
வாரத்துக்கு இரண்டு அல்லது மூன்று தடவையாவது
கனவுகளாய் நிகழ்ந்திருப்பார்
மரணித்துப் போவதற்கான செழிப்பு அவரிடமில்லை
கடந்த சில நாட்களாய் முகம் வாட்டமாய் தேகம் குறுகிப்போய் தெரிகிறார்
மேலும் தாடியை மழித்திடவும் மறந்துவிட்டார்
அப்பா என் கனவுகளில் வருவது பற்றி
அம்மாவிடமும் சொல்லி இருந்தேன்
அவள் பயந்து போயிருந்தாள்
மேலும்;அவர் கூப்பிட்டால் போய்விடாதே
எதை கேட்டாலும் கொடுத்திடாதே
என்பது போன்ற என்மீதான அவளுடைய பச்சாதாபத்தை
வெளிக்காட்டி இருந்தாள்
இன்றும் அப்பா கனவில் வந்தார்
என்பதை அம்மாவிடம் சொல்லாமல்
இருப்பேன் என நினைக்கவில்லை

- அப்பா அவதிஅவதியாய் இறைச்சித் துண்டை தின்றபின் எடுத்த மூச்சு
அந்த இறைச்சித்துண்டமாய்
ஆக்கப்பட்ட சேவலொன்றின் ஆத்மமோட்சமாய் ஆனது
சராசரி நாட்களில் கள்ளமடிப்பீர்கள் அன்று ஏன் அவ்வளவு
காட்டமாய்குளித்தீர்கள்
என்று கேட்பதற்கு பதில் சொல்ல முடியாத தொலைவில் நதியில்
நீராடி பின் அன்னப்பறவையின் முதுகில் அமர்ந்தபடி நட்சத்திர
வெளியில் உலகளந்திருக்கும் அவர் கால்கள்
என்னை பற்றிப்பிடித்த கைகளில் காய்ந்து போன
சிராய்ப்புக்காயத்தைப் பார்க்க நேர்ந்தது
உங்கள் தேகம் எரிவதை இன்னும் சற்றுநேரம் பார்த்து நிற்கும்
படிக்கான பித்துற்றநிலை வேண்டும்
நேரிடையாய்க் கட்டுண்டு தணல் கொண்டாடுகிறது துண்டு
துண்டாக்கப்பட்ட பச்சை மரம்
ஆசுவாசப்படுத்திக் கொள்ள முடிகிறது
அம் மரத்தின் வேர்களின் நிமித்தம்
ஒடிந்து காய்ந்து போன சருகுகளின் நிமித்தம்
நிழல் தொலைத்து ஈடாடும் செடிகொடிகளின் நிமித்தம்

கை நிறைக்க சாம்பலை அள்ளி அப்பாவினதென்றும்
மரத்தினதென்றும் பிரித்துவைத்தேன்
ஒருசேர சாம்பலை ஏரியில்கரைத்து மறுபடி ஏரியைப் பார்க்காது நடக்கிறேன்
பார்த்திருப்பேனானால் அப்பா என்னைப் பார்த்துவிட நேரும்
ஞாலத்தின் வெளிச்சத்தை நுகரும் கண்களைக்
குலைத்துவிடா பரோபகாரமாய் இருந்திடட்டும் என்று விட்டுவிட்டேன்

போகும் வழியில் ஏதாவதொரு
மரத்திடமாவது பாவமன்னிப்பு கேட்கும் படிக்கு தைரியம் வேண்டும்
மன்னித்திருந்தால்
ஒதுங்கும் சாம்பலின் விதையில் ஒரு மரம் முளைத்திருக்கும்
முடிந்தால் அப்பா
அதில் பூக்கும் ஒரு பூவையாவது உங்களுடன் பத்திரப்படுத்தி
வைத்துக்கொள்ளுங்கள்

● நீண்ட மலைகளின் வெளி வழி என்னைச்சுமந்தபடி அப்புகையிரதம்
பயணித்திருக்கிறது
ஒரு மலைக்கிராமத்தில் இருந்து புறப்பட்டிருந்தது
அடுத்ததாய் அதைவிடவும் ஒரு குறு கிராமத்தைக் கடந்து
மலைப்பள்ளத்தாக்கின் ஊடு நகர்கிறது

என் அறையின் கிழக்குப்புறமாய் அகண்டு உயர்ந்த யன்னல்
அதனோடு அமைந்ததாய் ஒரு சிமேந்து கட்டு
அதில் இரண்டாம் சந்தையில் பாதிவிலைக்கும் குறைவாய்க்
கிடைத்ததால் வாங்கிய புத்தகங்களை அடுக்கி வைத்திருந்தேன்

மேலும் வீட்டில் பூனை இல்லாக்குறையை சரிக்கட்ட புத்தகங்களின்
மேல் வெள்ளை நிற பூனை ஒன்று அமர்ந்திருந்து வெளியையும்
உள்ளையும் பார்ப்பதை நேர ஒழுங்கில் நிகழ்த்துவதாய் கற்பனை
செய்து வைத்தேன்
இக்கணம் அது உள்ளே பார்ப்பதற்கான நிமிர்த்தம்

புகையிரதப்பாதையில் தெரியும் படியாக அடுக்கடுக்காய் செழித்த
மரங்களால் நிறைந்த வேறொரு மலைக்கிராமத்துக்கான வழி
அடர்ந்த கேசங்களுடனான பெண்
மஞ்சள் நிற பூனை ஒன்றைக் கையொடு அணைத்தபடி
புகையிரதப்பாதையைப் பார்த்து நிற்பதை ஒவ்வொருமுறை பயணிக்கும்
போதும் பார்த்துவிடுவேன்

அந்தப் பூனை என்னைப் பார்ப்பதற்கென்றே அவளுடன்
அவ்விடம் வருவதை ஆழ் மனத்தினிடம் ஊடு கடத்தி இருந்தது

இப்போதெல்லாம் அந்தப் பூனையைப் பார்ப்பதற்கென்றே பிரச்சித்தமாய்
இருந்து அத்தெருவைப் பார்த்து விடுகிறேன்

உயர்ந்த கட்டிடங்களால் நெருக்கப்பட்ட நகரத்தின் இடுக்கில்
பரந்த வெளித்தளத்தில்
ஆங்கிலேய இளைஞன் கரோக்கியில் பாடிக்கொண்டிருக்கிறான்

நகரத்தின் மாந்திரீகம்
கண்ணீர்ப் பிரவாகம் ஒன்றை நிகழ்த்தி விட்டிருந்தது

சற்று தூரமாய் மேலுமொரு பெண் குரல் சன்னமாய் உள்கலந்து
அவ்வெளியில் என் மேனியைப் புணர்ச்சிப் பரவசநிலையில்
நிலைத்திருக்கச்செய்கிறது
கைகளில் ஆளுக்கொரு பூனையுடன் அந் நிழல் எல்லாம் முகங்கள்
உன்மத்தம் ஆகினேன்

இக்கணம் என் வீட்டின் பூனை
எந்தப் பக்கம் பார்ப்பதற்கான நிமிர்த்தமாயிருக்கும்
மேலும்
திரும்பிப் போகும் புகையிரதத்தை அந்தத் தெருவில் அந்தப் பூனையும்
பார்த்துக் காத்திருக்கும்

சில தெரு நடந்து கடந்தால் குயராத்தி சனங்களின் நாரயணன் கோவில்
துணிப்பை ஒன்றிற்குள் கையை நுழைத்தபடி
சுவாமி மாடத்தைச் சுற்றியபடி இருக்கிறார்கள்
நான் முன் வெளியில் அமர்ந்திருக்கிறேன்

ஏன் அந்தவகையில் செய்கிறார்கள் என்று அறிந்திருக்கவில்லை
அதைப்பற்றி அறிந்துவிட ஆர்வமும் இருந்ததல்லை

ஒரு பொழுதில் இப்படியாக அம்மாவிடம் பேசிக்கொண்டிருக்கும்
போதுதான் இப்படியாக இருக்கலாம் என்றொன்றை அனுமானித்தேன்

முடிந்து வாசலை அடைந்தால்
ஒரு பதாகையில் கவனம் நூற்றில் ஒருவர்
கத்திஒன்றை வைத்திருப்பதற்கான
வாய்ப்புகள் இருப்பதாக எழுதப்பட்டிருந்தது

நான் பார்த்த அத்தனை பூனைகளுக்கும்
அந்த வாசலே மரணக்குழி

- கடந்த ஒரு வருடத்தில் மூன்று வீடுகளை மாற்றிக்கொண்டோம்
  எல்லா இடங்களிலும்
  எல்லாப்பொழுதுகளிலும்
  அந்தக் கறுத்துக் கொழுத்த பூனை ஏன்
  என்னை அடிக்கடி சந்திக்கின்றது
  ஏன் எதற்காக என்பதை அறிந்திருக்கவில்லை

  இந்த நாட்களில் மெதுமெதுவாக இரவு குறைய ஆரம்பிக்கிறது
  ஆங்கிலேய நாட்டு மரங்கள் துளிர்விட ஆரம்பித்து விட்டன
  சருகுகள் நிரம்பிய தெருக்களை சில நாட்களுக்கு மறந்திருக்கலாம்

  அவர்கள் இங்கே அடிக்கடி காப்பி சாப்பிட வருவார்கள்
  வழமை போல இன்றும் பரிமாறிக்கொண்டிருக்கிறேன்

  பலமுறை ஞாபகப்படுத்திவிட்டேன்
  இருந்தாலும்;
  ஒவ்வொரு முறையும் புதிதாய்க் கேட்பது போல என்
  பெயரைக் கேட்டிருப்பார்கள்
  இருந்தாலும் அவர்களுக்கு நான் அன்னியன் இல்லை
  என்பதையும் ஒவ்வொரு முறையும் உறுதிப்படுத்திக் கொள்வார்கள்
  அதன் போக்கிலேயே நான் அன்னியன் என்பதை உறுதிப்படுத்திக்

கொள்ள வேண்டிய கட்டாயத்துக்கு உள்ளாக்கப்படுவேன்

இருந்தாலும் நான் அன்னியன் இல்லைத்தான்

ஒரு நாள் வேலை தேடி ஒரு பப்க்குச் சென்றிருந்தேன்
அங்கிருந்த சிலர் என்னைப்பார்த்து சிரித்திருந்ததை
பொறுத்துக்கொள்ள முடியாத முதிர்ந்த ஆங்கிலேயப் பெண்மணி
அவர்களைத் திட்டியபடி கையோடு அழைத்துச் சென்று மறுமுனையில்
இருக்கும் இன்னொரு பப்பில் என்னை அறிமுகப்படுத்தி விட்டாள்

அந்நாள் நினைவில் இருக்கிறது
அந்த ஆண்டின் அதிகபட்சக் குளிரை சுமந்திருந்தது

வெளிச்சத்தின் கதகதப்பை அபரிமிதமாக உள்வாங்கிக் கொள்ளும்
ஆங்கிலேய நாட்டின் அன்னியக் குடியிருப்பாளனாய் இருக்கிறேன்

தேனிருடன் கேக் துண்டைச் சாப்பிடுவது பிரியமாய்ப் போனது

நான் காலையில் தூங்கச்செல்வேன்
அல்லது மாலையில்
கடந்த ஏழு மாதங்களில் இரவில் தூங்கியதாய் ஞாபகத்தில் இல்லை

தூங்கவேண்டும் வெளிச்சம் வருகிறது

● சில மாதங்களுக்கு முன் வீட்டுப் பூனை காணாமல் போயிருந்தது
கறுப்பு நிறத்தில் சாம்பல் புள்ளிகள் அதன் அடையாளம்
எனக்குத் தெரிய இறந்து விட்டிருந்தால் பரவாயில்லை
ஆதியில் இருந்து என்னுடனேயே இருந்ததாய் வைத்துக்கொள்ளுங்கள்

நான் சாப்பிடும் போதேல்லாம்
தாவிக்குதித்துத் தனக்கானதைப் பறித்துத்தின்றுவிடும்
கிணற்றில் குதித்து பின் தாவி ஏறும்
அப்பாவுடன் சேட்டை செய்யும்
சிலநாள்களில் எங்கோ தூரமாய்ப் போய்
சண்டை செய்து காயங்களுடன் திரும்பிவரும்
அதிகமாய் வீட்டின் பின்புறமாய்
துணிக்குவியலுக்குள் கதகதப்பாய் உறங்கும்
சமயங்களில் வீராவுடனும் விளையாடும்

அது தொலைந்து போன நாள் ஞாபகத்தில் இருக்கிறது
சாப்பிட்டுக்கொண்டிருந்த என்னிடம்
காலைத் தட்டி தட்டி கேட்க கேட்க
போடப்போட

'அவக்' 'அவக்' என்று பாய்ந்து பாய்ந்து தின்றது
எழுந்து நடக்கையில் என் கால்கயையே சுற்றிச் சுற்றி வந்தது
என் மோட்டார் வண்டியை ஒரு சுற்றாய்ச் சுற்றி
ஏறி உட்கார்ந்திருந்தது
நான் புறப்படத் தயாரானபோது என் கண்களையே பார்த்தபடி
அங்குமிங்கும் அலைந்தது
பின் மோட்டார் வண்டியின் பின்னேயே முடக்கு வரை வந்து
கண்களில் இருந்து மறைந்து போனது

என் ராசிப்படி நான் பூனைக்கு உணவிடுவது
தீங்கானது என்று நன்பனொருவன் கூறி
இருந்தான்

- ஒரு மிட்டாயைப் பொறுக்கி எடுத்து சுவைத்து முடிக்கையில் வாழ்தல்
மீதான தோற்றப்பாடுகள் கரைந்து ஒரு ஆற்றின் வெள்ளத்தில்
சிதிலமாகிப் போயிருக்கும் கோவிற்கோபுரம் போலானேன்
கொழுந்து விட்டெரியும் மனத்தின் பிடரியில்
கோடாரிக்காம்பால் ஓங்கி அடித்து உட்காரவைத்து
பூனையின் கண்களில் மின்னும் இரகசியத்தை
அறிந்துவரும்படி சொன்னபடி இருக்கிறது ஒரு குரல்
மீள மீள துயின்றபடி இருந்தால் எப்படி
மரணத்தின் சுவையை சுவைப்பது
அங்கதம் நீடித்தபடியேதான் இருக்கும்

• எங்களுக்கென்று ஒரு வீடு இருந்தது
மண்ணாலானது மண்ணால் ஆனது என்றால் மண்ணால் ஆனது தான்
நாங்கள் இப்படி எல்லாம் இருந்தோம் என்று அப்பா சொல்வதைக்
கேட்கும் போது
மதியம் வைக்கப்படும் சோற்றுக்குழையலை போதுமான அளவு
தின்றுவிட்டு கலைந்து போகும் காக்கைகள் போல கலைந்து
போய்விடத்தோன்றும்
சிறுவயதில் வரைந்த ஓவியங்களைப் பார்க்கும் அயல்வீட்டு நண்பர்
கறுப்புவர்ணம் அதிகம் பயன்படுத்துவதாகவும் அதற்கான காரணங்களையும்
வரிசைப்படுத்தும் போதெல்லாம்
முதன்முறையாக அவர் சொல்லும் படியாக காரணங்கள்
இருக்கலாமோ என்று தோன்றும்
அப்படி எந்தக் காரணமும் இல்லை என்றாலும் ஏற்பதற்கு அவர்
தயாராக இருப்பதில்லை
அதிஷ்டமாய்க் கிடைத்த ரேடியோ ஸ்பீக்கர் ஒன்றின்
இரண்டுமுனைகளைப் பற்றறியின் முனைகளுடன்
பிணைத்ததும் எழும் கரகரப்பைப் பாடலாய் உருவகித்து
கிளர்ச்சியடைவதற்குக் கடவப்பட்ட

சிறுவனாய்ப் பருவம் கடந்தவன் நான்
பூனையின் கண்களின் நிறத்தில் இருந்தன ஒளிஇழந்த அப்பாவின் கண்கள்
அப்பாவின் கண்களாய் இருந்து
பழக்கப்பட்டேன்
ஒருமுறையேனும் நான் நீங்கள் ஓராயிரம் முறை கேட்டிருந்த பாடலை
கேட்காதவனாக இருந்திருக்கலாம்
என் கனவுளை தூக்கத்தின் சவாரியில் இரவு சுமத்திவிட்டிருந்ததால்
தூக்கம் வந்துசேர தாமதமாவதாய்த் தெரிகிறது

- ஒளிபொருந்தி இருக்கும் புனித நகரத்தை முன்பொழுதுகளில் பார்த்தவர்கள்
வரும் பொழுதுகளில் பார்க்க இருப்பவர்கள்
பார்க்கவே விரும்பாதவர்கள்
எல்லோரும் ஒவ்வொரு காரணங்களால் ஒவ்வொரு நகரங்களில் இருக்கிறார்கள்
அவர்களிடம் போய் அந்த நகரத்தைப்பற்றிச் சொல்வதற்கும்
கேட்பதற்கும் முடியுமாகவிருந்தால் நல்லது
அந்த நகரம் ஒளிர்விடும் மின்மினிகளாலும்
வாசனைகளை அள்ளிப்பருகிக்
கரைத்துவிடும் பூக்களாலும்
பருகி பருகி பல்கிப்பெருகி ஊறும் நதிகளாலும் ஆனது
ஒருசோடிப் பறவைகள்
இறுதியாக சில அரிசிமணிகளைத் தின்றுவிட்டுப் போயின
வசந்தகாலத்து கொடிகளில் பூ ஒன்று மலர்ந்திருந்தது
கடை ஒன்றில் சில பழரசக்குவளைகள்
காணாமல் போயிருந்தன
தூரத்துக் குவியலில் வீசப்பட்டிருந்த காலி போத்தலில் இருந்து பியர்
துளி எறும்பொன்றின் தலையில் திரண்டு வீழ்ந்தது

16

ஒவ்வொரு அச்சாய்க் கோத்தெடுத்த முதல் விவிலியத்தை முகர்ந்து பார்க்கிறான்
பல்லி சொல்லும் சத்தம் தூரமாய்க் கேட்கிறது

யோகான்னசு கூட்டன்பர்கு 1416 ஆம் ஆண்டின் கிறிஸ்து
பிறப்பைக்கொண்டாடத் தயாராகி கொண்டிருந்த ஒரு நாளில்
யேர்மனியின் மைன்ஸ் கிராமத்தின் வரிசை ஒழுங்கில் ஏழாவதாக
இருக்கும் ஒரு வீட்டின் யன்னல் வழியே
அந்தக்குளிர் இரவின் நட்சத்திரங்களின் ஒழுங்கைப் பார்த்தபடி இருக்கிறான்

அந்த வெளியின் அடர்த்திக்கு நெருக்கமாக ஏதோ ஒரு தாள ஒழுங்கில்
கொல்லர் பட்டறை ஒன்றின்
ஏதோ ஒன்றை தட்டும் சத்தமாக இருக்க வேண்டும் என்று நினைக்கிறேன்
அந்த இரவை கிடுக்குப்பிடி பிடித்துக்கிடக்கிறது
அவன் சலனங்கள் இல்லாதிருக்கிறான்
பழக்கப்பட்ட காதுகளாகவிருக்கும்

வானத்தைப் பார்தபடியே இருக்கிறான்
ஏதேதோ அரங்கேற்றங்களை அந்த நட்சத்திரவெளி நிகழ்த்தியபடி
இருந்தது பிரயத்தனங்கள் ஏதுமில்லாது பார்த்தபடி இருக்கிறான்
புரிந்து கொள்ள முடியாத அறிகுறிகளாக அவனுக்குப் பட்டிருக்க வேண்டும்
தாவிக்குதித்து பாய்ந்தடித்து வெளியே வந்து வானத்தையே
பார்க்கும் படிக்கு நிற்க வைக்கப்பட்டிருக்கிறான்

கேட்பதெல்லாம் விவிலியமாக இருக்கிறது

ஏலவே கேட்டதேதும் அல்லாதிருக்கிறது
இதை யாரிடமாவது சொல்லியே ஆக வேண்டும்
ஆனபோதும் நகரமுடியாதிருக்கிறான்
நட்சத்திரங்கள் ஒவ்வொன்றாக விழுகிறது
சூரியனும் வரும்படியாக இரவைத் தொலைத்திருந்தான்

தந்தையாரின் நகைப்பட்டறையின்
யன்னல் இடுக்கின் வழி உள் நுழைந்த லிவிக் கொடியில் பூத்திருந்த
பூவொன்றைப்பறித்திட முற்படுகையில் அண்டகாசமாய்
தேவாலயமணி நிர்கதி உற்றவனின் பெருவெளிச்சமாய்
தவ நிலைக்கான பிரகடனம்
கூடவே ஒரு சரணாகதி நிலையுற்றவனின் குரலில்
விவிலியம் உரைக்கப்படுகிறது
சாலையின் தொடக்கத்தில் இருந்து வருகிறதாய் உணர்ந்தான்

அப்பா எனக்கொரு செப்புத்தகடொன்றை தந்துதவ முடியுமா
பொன்னாக்கித் தருகிறேன் என்கின்றான்

அப்பா எனக்கு உங்கள் ஞாபகம்
நான் பிறந்து விட்டிருந்தேன் இல்லையா;

ஒருநாள் கிராமத்து வீட்டில்
அடிக்கடி கிணற்றுக்குள் தவறி விழும் பூனை அன்றும் விழுந்து விட்டிருந்தது

அந்தநாளின் அதிகாலை ஒரு மூன்று மணி போல இருக்கும்

அதன் மாயக்கத்தலைக் கேட்டுக் கண் விழித்திருந்தேன்

அங்கிங்குமாய் ஓடி அலைந்து பூனையைத் தாங்கும் அளவிற்கு
ஒரு பாத்திரத்தைக் கண்டடைந்து
வாளிக்கயிற்றோடு முடிச்சிட்டு
நீரோடு நனைய இறக்கி வைத்தேன்

கயிற்றை அசைத்தபடி கிணற்றின் அந்தப் பக்கமும் இந்தப் பக்கமுமாய்
அலைந்து களைத்து சூடாக ஏதாவது குடிக்கலாம் என்று நினைத்தபடி
அந்தக் குழப்படிக்காரனைப் பார்க்கிறேன்
அது தன் பளிச்சிடும் கண்களால் என்னை
எந்த பயங்களோ பதற்றங்களோ இல்லாமல் பார்த்தபடி இருந்தது
அதன் கண்களுக்கு நானொரு விளையாட்டுப் பொருளாய்த்
தெரிந்திருக்க வேண்டும்

சரி என்று தேனீர் பருகிவிட்டு பதறழிபட்டு ஓடி வந்து பார்த்தால் ராச்சியத்தை வென்று கழித்த அரசனைப் போல் சாவகாசமாகக் கிணற்று கட்டில் அமர்ந்திருந்து வேலியைப் பார்த்தபடி இருந்தது

கிணற்றுக்கட்டில் அமர்ந்திருந்த பூனை என்னைப் பார்த்ததும் வேலியை உற்றுப் பார்த்திருந்த தன் கண்களை என் பக்கமாகத் திருப்பியது

அந்தக் காலை விடிந்து போனது

● காலத்தில் மரணித்துப் போன அந்த லோகத்தின் மகாராணியின்
தோளில் எப்போதும் மஞ்சள் நிறத்தில் வெள்ளைப் புள்ளிகளுடனான
பூனை ஒன்று அமர்ந்திருக்கும்

அரசவை கலைந்து அந்தப்புரம் வந்ததன் பாடு ராணியுடன்
உரையாடிவிட்டு அந்தப் பூனை தன் அறைக்குப் போகும்
ராணி கலவிக்கு தயாராவள்

ராணியினிடத்தில் அந்தப் பூனைக்குக் காதல்
ராணி பிறிதொருவருடன் காதலில் இருப்பதை அதனால்
ஏற்றுக்கொண்டுவிட முடிந்திருக்கவில்லை

அந்தப்புரத்தில் இருந்து நேராக தன்அறைக்குள் சென்ற பூனை
காதலின் வலி தாங்க முடியாமல்
அன்றும் அரண்மனைக் கிணற்றில் குதித்து விட்டிருந்தது

காலைவரை தத்தளித்து விட்டு சுதாரித்து ஒரு தாவாகத் தாவி கிணற்றை தாண்டி
ஏதும் நடக்காதது போல தன் அறைக்குச் சென்று உடலைத்
துவட்டிவிட்டு அரசவையில் ராணியின் தோளில் அமர்ந்திருக்கும்

அரண்மனை வெல வெலத்துப் போயிருக்கிறது
அன்று எத்தனை முறை தாவியும் பூனையால் கிணற்றைத் தாண்டிவிட
முடிந்திடவில்லை

● தொலைந்து போன என் வானத்தை வெளிர்நிறத்தில் மின்னும்
நட்சத்திரமொன்று கொண்டு வந்து சேர்த்தது

துயில் எழுவதைப்பற்றிய எந்த முன்னேற்பாடும் தூங்கப்போகும்
முன் இருந்ததில்லை
பகல் இரவுகளைக் காட்டிலும் மூன்றாவதாக ஒருகண் காலத்தைப்
பார்த்திருக்கிறது

வேதகாலத்திய வெள்ளையாய் ஒரு பசுவும் அதற்கென்றே ஒரு
புல்வெளியும் இருந்தன
கூடை நிறைந்த நட்சத்திரங்களை அந்த வெளி முழுவதிலும் விரவி
விடும்படிக்கு மழைப் பிரவேசம் ஒன்றை நிகழ்த்தியது வானம்

"நாங்களும் இருக்கிறோம் நட்சத்திரங்களை எங்கள் வெளிகளிலும்
பொழியுங்கள்"
என்கின்ற குரல் ஒலிக்காத திசைகளே இல்லை என்கிற படிக்கு இருக்கிறது
குறித்த புல்வெளி தவிர்த்து எங்கிலும்

அந்த வெளியைக் கடந்திராத பசு
யாரையும் அந்த வெளிக்குள் விட்டிராதது பற்றிய புரிதல் எனக்கிருக்கிறது

கிளைக்கதைகள் பல ஒன்று சேர்ந்து
மூலக்கதையினை அரித்துவிட்டு
கறையான்களை நோக்கி கைகளை ஒன்று திரட்டிக் காட்டுவதாய்த் தெரிகிறது

நீளமாய் இறக்கை பரப்பி இருக்கும் வானம் ஒரு பறவை என்று வைத்துக்கொள்ளுங்கள்

அந்தப் பறவை அந்தப் பசுவின் முதுகில் மட்டும் அமரும் என்றால் எப்படி

● ஒரு ரோஜா மரம் வளர்க்கும் அம்மாவின் ஆசை நிறைவேறியதை
தெரியப்படுத்தினாள்
தங்கச்சியைப் புகைப்படம் எடுக்க வைத்து எனக்கு அனுப்ப வைத்தாள்
பின் என்னிடம் கேட்டு உறுதிப்படுத்தினாள்
ஏதாவது ஒரு செடி முளைத்தாலும்
பூ பூத்தாலும் கனி பழுத்தாலும் என்னிடம் செல்லுவதையே அவள்
முழு அடைவாய் உணர்கிறாள்
ஊரில் இருக்கும் போது காத்திருந்து என்னைக் கண்டதும் முதல்
வேலையாய்க் காட்சிப் படுத்துவாள்
இலைகளுக்குள் ஒளிந்திருக்கும் பாகல் பிஞ்சுகளை ஒவ்வொன்றாய்
எண்ணியபடியே எப்போப்போ கண்டுபிடித்தேன் எனச்சொல்லுவாள்
மறுநாள் மேலதிகமாய் ஒன்றைக் கண்டாலும் அதையும் சொல்லுவாள்
கராம்புக்கத்திரி எங்கள் வீட்டின் நிரந்தர குடி இருப்பாளன் அதைப்
பற்றி சொல்வதற்கு அம்மாவிடம் பல வருடக் கதைகளுண்டு

ரோஜா மரம் மட்டும் முளைத்து ஒரு பூ பூக்க அரும்பாடுபடும்
எத்தனையோ தடவைகள் எத்தனையோ விதமாய்ப் பதியம் பண்ணி
இருக்கிறாள்
“ஈசல் ஒருநாள் வாழும் எங்கள் வீட்டில் ரோஜா ஒரு பூவே பூக்கும்”

என்பது போல்
அதன் பின் காய்ந்து கருகிவிடும்
அந்த ஒரு ரோசாவிற்கு ராய மரியாதைகளுடன்
ஒவ்வொரு உரையாடலிலும் தொடக்கத்திலோ முடிவிலோ
பேசுபொருளாகவும் இருந்து கழிக்கும்
அந்த ஒற்றைப் பூவை நினைத்து சந்தோசப்பட்டுக்கொள்வாள்
பின் கவலைப்பட அது ஒரு பிடியாய் இருக்கும் அவளுக்கு

● மழை விழும் சத்தம் என் படுக்கையறையை
வெள்ளக்காடாக்கியிருந்து
தூக்கமில்லாத இரவுகளில் கைத்தொலைபேசியில்
ஒலிக்கவிடப்படும் எங்கேயோ தூரத்தில் பொழியும்
மழையின் ஸ்வரம் எனக்கான தூக்கத்தைச்
சுமந்து வந்திருக்கும்
பணியிடத்தில் சோம்பலாய் உணரும் பொழுதுகளில் எல்லாம் ஒருவித
மந்தார உணர்வு வெளியே மழை பொழியும் தோற்றத்தைக் கொடுத்து
விடுவதால்
போன உயிர் மீளவந்ததாக உணர்ந்திருக்கிறேன்

இதுவரை நூறு தடவையாவது மழையில் தொப்பலாய் நனைந்திருப்பேன்
என் கிராமத்து வீட்டின்
நாற்காலிகள் எப்பொழுதும் மழைக்காகவே காத்திருக்கும்
மழைநாட்களில் நீண்ட நெடும் சாலையில் பயணித்திருக்கிறேன்
அந்நாட்கள் சிகரேட் ஒன்றை பற்றவைப்பதுடன் செழிப்புறும்

எனக்கு மழை பேரின்பம்

உங்களுக்கென்றே ஏதும் வாசனை இருக்கலாம்
அதற்காகப் பூவாய் இருந்து விட வேண்டும் என்கிற எந்த அவசியமும் இல்லை
எதற்காக இவ்வளவு காலங்கள் பயணித்து
இந்தத் தெருவை அடைந்தேன் என்பது
இப்போழுது வரை எனக்குத் தெரியாதது
நாளாக நாளாகத் தெருவைச் சொந்தம் கொண்டாட ஆரம்பித்து விட்டேன்

கோடை வருவது தெரிகிறது
மழையின் சாயலில் வெளிச்சத்தைக் காண்கிறேன்

● அடர்ந்த பனி கொட்டிய தெருக்களிலா இத்தனை புழுக்கம்
பனி கொட்டும் நாள்களில் மதியப் பொழுதுகளையும்
புழுக்கத்தின் இடையில் சின்னதாய் மழையும் கிடைத்து விடுகிறது

நான் தவறாக பேசிவிட்டேன்
அப்படி எல்லாம் அவர்களைத் திட்டி இருக்கவேண்டாம்
குறைபட்டுக்கொண்டதோடு நிறுத்தி இருக்க வேண்டும்

தூக்கத்தைக் குலைத்த கதவுகளை தூக்கத்தைக் குலைக்காதவாறு
திறந்திருந்த போதும்
தூக்கம் கலைந்து போனதால்
கதவுகளைத் திறந்ததே தவறுதான்

ஒவ்வொரு அழைபின் போதும் வார்த்தை ஒன்றைக் கூட்டி இருந்தால்
அப்பொழுதே எல்லாம் முடிந்திருக்கும்
குறும் செய்தியில் இரண்டு வசனங்களை அதிகமாய்ச் சேர்த்திருக்கலாம்

உள்ளிருந்து வெளிவந்தபடி இருக்கும் மாமிசவாடை
மூழ்கடித்தபடி
விலகி தொலைந்து ஓடி ஒளிகிறேன்
ஒளியும் இடம் வரை இருந்த இடமும் வந்துவிடுகிறது

● ஒரு சுத்தம் செய்து வைத்த வாளினைப்போல் இருப்பதில்
நியாயமில்லை
ஆத்மாவைக் கேள்வி கேட்டபடியே இருக்க வேண்டும்

ஒருபொழுதாகிலும் இரவினைச் சந்திக்காத சூரியனாய் இருக்குமளவிற்கு
என்னிடம் பேராசைகள் இல்லை

நான் வாங்கி வந்த குளிர்பானம்
ஒரு துளி சிந்தியதுமே காலியாகிப் போனது
முதன்முதலாய் என்றோ ஒரு பொழுது சமைத்து வைத்த சாதத்தையே
வரும் பொழுதுகளிலும் சாப்பிடுவதாய் இருக்கிறேன்

என பிரியங்களுக்கான ஒருத்தி இருக்கிறாள்
என்னை பொட்டு வைத்து முத்தமிட்டு கைக்குழந்தையாய் இருப்பேன் என
சத்தியம் செய்யக் கோருகிறாள்
அவளிடம் மட்டும் பாலகனாகிறேன்

எப்பொழுதும் ஒருதடவைக்கிருதடவை
யோசித்துவிட்டு
கால்களை எடுத்து வையுங்கள்
நட்சத்திரங்களே இல்லா ஊருக்கு சென்று சேர்ந்துவிட நேர்ந்து விடலாம்

உரு குறி

1

பெண்டுல ஊஞ்சலில் அசையும் வரை சிறகில்லை,
அசைக்கும் தேகத்தில் சிறகுகள் பூத்துக்குலுங்கும்
என்பதான கற்பனையின் நிமித்தம் வானடைத்த
பவித்திர மலர் கொண்டு
நிராகரிக்கப்பட்ட பேராசையின் வழி அமிர்தம் கடைவேன்

ஒரு பகல் நீளப் பிரிவின் பின்
கைநிறைந்த நட்சத்திரங்களை அள்ளிச்சுமந்தபடி வானம்,
அங்கிருந்து தூரத்தில் ஒளிந்திருக்கும்
என் வீட்டு முற்றத்தில்
கண்களில் ஒற்றிக்கொள்ள
இப் பனிபடர்ந்த தேசம்
உடைந்து உருகி கனிந்து நிற்கிறது
எம்பாவாய்;

2

1 வாசனையின் சிறகில் பரவும் காற்றில் பறவை பறக்கிறது
இதழ் விரிந்த பூக்களின் நடனத்தில்
பறவையும் அதன் சிறகுகளும்,
தூரமாக வெளிச்சத்தில்
சூரியனாகப் பிரகாசிக்கும் பரிபூரணத்தின் காலம்
ஒன்றாக மேலெழும் புழுதியைப் போலவும்
கண்களை மூடி நளின சப்தங்களைத் தரும்
வண்டுகளைப் போலவும்
அனாமதேய மௌனமாகிய பருவம்

2 என் பிரார்த்தனைகளின் கொடைவாசல்
கோடியாண்டுகள் பழுத்தது
ஆகுதித்தீயில் சராசரங்கள் முங்கி எழுகின்றன
பின்னய பிணியில் முன்னைய இரவு
ஒவ்வொரு முகமும்

3 தேகம் நீராடி முடிக்காது
தளம்பி தளம்பி பாயும் நீரொடையில்
தவழ்ந்து புரண்டு அடித்துப் போகிறேன்
கண்களை மூடித்தவம்

நிகழ்நாளில்
பேராசையில் மிதப்பது,மிதந்தபடி இருப்பது
அச்சுறுத்தல்களின் பேரமைதி
பேருண்மை ஏதென்றறிய
பேறுகாலப் பூதம் போல்
எக்கலிக்கிறேன்

3

மூலத்தின் நோக்கு வாய்
நிர்க்கதி நிலை
ஆழமாய் அரும்பி செழித்திருந்த வெளிச்சம்
பரவிக்கிடக்கும் விருச்சமென்று

தோணிகள் அலையும் கடல்
மேகம் மெலிதாய்க் கீழிறங்கும்
ஒற்றைக் குரல் ஓலம்
அங்கிங்கென எங்கும் என் முகம்

நானே இருப்பேன்
நானே இறப்பேன்

4

தேகம் திரிகிறது
அகாலத்தின் விடியலில் முழு நிலா
பிறை என தேய்ந்து பிறை என வளர்ந்தது
கோலாகல சப்தங்கள் நிசப்தத்தை கிழித்து
தூரத்தில் வண்டொன்றின் இரைச்சல்

கண்ணுக்கெட்டும் தூரம் வரை
எந்தச் செடியிலும் பூக்களில்லை
செம்மறி ஆட்டின் கொம்புகள் காற்றை அசைக்கின்றன
ஆட்டின் முதுகில் அமர்ந்துவிட ஒரு பறவை
பறவையின் முதுகில் அமர்ந்துவிட ஒரு குருவி
குருவியின் முதுகில் அமர்ந்துவிட ஒரு பூச்சி
பூச்சியின் முதுகில் அமர்ந்து விட ஒரு புழு
புழுவின் முதுகில் கால்களை லாவகமாய் நீட்டி
கண்ணயர்ந்து தூங்குகையில்
ஒரு வெளிச்சம்

5

இறுதிப்பாடலின் இறுதி நிமிடத்தில்
விளக்குகள் ஒளிரத்தொடங்குகின்றன
பாடல் முடியும் கணத்தில் விளக்குகள் பிரகாசித்தொளிர்ந்தது

ஞாபகத்தடங்கள் உடைந்த மாத்திரத்தில் அங்கொன்றும்
இங்கொன்றுமாய்க் கிடக்கிறேன்
இரட்டைவால் குருவி ஒன்று மேலும் கீழுமாய்க் கண்களை
அசைத்துத் வாடை முகர்ந்த பின்
வெளிச்சத்தில் படர்ந்த தாவரநிழலில் அசைந்து உட்காருகிறது

மென் சூரியப்பிரகாசம் விசத்தை ஒப்ப இருளின் முதுகில் படிந்ததும்
பாதரசம் படர்ந்த உலோகப்பரப்பினைப்போல் இருள் உதிர்ந்து போனது
உதிர்ந்தது எங்கு போய் சேரும் என்பதறிய எத்தனிக்கும்
திருவுருங்கள் உதிர்ந்ததைத் தின்று பெருத்து பெரும் பூதங்களாகி
கண்ணுக்கெட்டும் தூரம் வரை அடைத்து நிற்க
மேல் விதானத்தில் இருக்கும் துளை வழி
கண்களை நீட்டிப்பார்த்து பின் தொப்பென குதித்தால்
பூதத்தின் முதுகில் என் கால்கள்.

6

மாமிசச் சேற்றை அப்பிக்கொண்டிந்த
கோடையில் வெப்பத்தை சிலாகித்து
உடல் பிரளுகிறது
காலங்கள் கழித்துக்கடந்து கரை ஒதுங்கிய
அலையின் பாடெென அலைவேன்
நீச்சமுள் குத்திக்கிழித்துக் குருதி கரைந்தோட
கூக்குரலிட்டுப் புறவயமாகத் தேகம் உருகி
நிற்கும்
“கண்டேன் கண்டேன் என பதிலுரைத்தேன்”
காணாதவரை தொலைந்திருக்க சூன்யத்துள்
ஒன்றறக் கலந்திருந்த பச்சைப்பாம்பின் இரத்தத்தில்
தேகம் குளித்துக் குதூகலித்திருந்தது.

7

கால்களை உரசி நகரும் அரவம்
தேகத்தின் புறவாடையில் ஆதிவெளிச்சத்தை
மோப்பம் பிடித்தது
அதற்கென இருந்த மன்னிப்புக் கோரலை
நிகழ்த்திவிட கால்களில் ஒன்றைச் சுற்றிக்கொண்டது
கால்களை நகர்த்தாது நின்றேன்

இரவும் பகலும் காலத்தை இரையாக்கிக்கொண்டன
செழித்த மரங்கள் உதிர்ந்தன, காய்ந்தன
புதிதாய்க் காடு தோன்றியது
புதிதாய் நதிகள் ஊற்றெடுத்துப் பாய்ந்தன
எலிகள் காலனிகளைப் பின்னி
குஞ்சுகள் கீச்சிட்டன
மச்சங்கள் பிறவிகள் கொண்டு
சமுத்திரம் பரவி வழிந்தது

இருளில் நிகழ்ந்தது காலம்
சூரியன் வெப்பத்தில் தகித்து வெளிச்சத்தை உயிர்கொள்ள
அரவத்தின் முகத்தில் கண்கள் வெளிப்பட்டன

8

இனி வரும் நாள்களில் இருள் அடர்ந்திருக்கும்
இலை உதிர்ந்த மரங்கள் வான் உயரத்தில் இருந்து
பார்க்கையில் எரிந்த காட்டின் மீதம் போல் காட்சி
கொடுக்கும்
அகாலம் காலத்தை நெருங்கி வருகிறதாதலால்
இவ்வாறாக,
மேற்குப் புறமாக
இருளைப் பிரார்த்திக்கிறார்கள்
காதுகளுக்கு இதமாய்க் கணகளை மூடி இசைக்கிறார்கள்
கருமையைப் போர்த்திக்கொள்கிறார்கள்
இருளைப் பூசிக்கொள்கிறார்கள்
சரணடைந்து மண்டிஇட்டு இருளை
விரட்டும் படிக்கான ஆயுதங்களை இருளிடமே இறைஞ்சுகிறார்கள்

ஆதியில் இருந்து ஒரு வெளிச்சம் ஒளிர்கிறது
அது இருளிடமிருந்து அவர்களைப் பிளவுபடுத்துகிறது

காரிருளில் ஒளித்துக் கொள்கிறீர்களா
ஒளித்துக்கொள்ள உங்களைத் தயார்படுத்துகையில்
பிறித்தொரு உலகத்தில் சஞ்சரிக்கப்போவதாக
எண்ணிக்கொள்கிறீர்கள்
இருளில் பயணப்பட்டுக்கொண்டிருக்கையில்
உங்களைச் சுற்றிலும் வளையங்கள் குழாய் போன்று
ஒளியின் வேகத்தில்
சுழலத்தொடங்கி இருக்கும்

நான் மரித்துப்போனேன்
என் நினைவுகளை இழக்கிறேன்
யாரென்பதை அறியாதவனாயிருக்கிறேன்
அங்கும் இங்கும், இங்கும் அங்குமென
வளைந்து நெளிந்து சுற்றிச் சுழன்றுகொண்டிருக்கிறேன்
மெலிதாக முட்டுச்சுவரில் திரும்பத் திரும்ப மோதும்
வண்டொன்றின் இரைச்சலில்
கலவியில் ஊறி ஊறி உள்ளெழுந்து பணியும் உள்ளார்ந்த மூலத்தில்
ஒரு கணத்தில்
வெளி ஒன்றில் இறக்கைகள் விரித்த ஞாபகம்

சுமக்கும் இருளின் இறக்கைகள்

இருளில் அல்லது வெளிச்சத்தில்
இரண்டில் ஒன்றைத் தேர்வு செய்தால்
யன்னல்கள் திறக்கப்படும்.

9

என்றென்றைக்கும் மீளமுடியா மாம்சக்கிடங்கில்
ஒரு சாக்காலப்பறவையின் குரலில் பாடுகிறது
சாவை அடையா ஒரு பிதிர்
என்றென்றைக்கும் இவ் அமைதி இப்படியே இருக்கும் படிக்கு
வெளிச்சமே என்னைப் பின்தொடர்வதாய்
நம்பும்படி இருப்பேன்;சத்தியம்

பறக்கும் பறவைக்கும் விரிக்கும் இறக்கைக்கும்
தொடர்பில்லை.

10

ஆளரவமற்ற இவ் வனாந்தரத்தை முதற்காலடியில் நிரப்பி வைக்கும் பொழுதில்
வேறு வேறு அலைவரிசையில் குரல்கள் கேட்டபடி இருக்கின்றன
என்னையே குறித்து அழைப்பது போல,
என்னையே தொடர்ந்து வருவது போல,
ஏதோ ஒரு கணத்தில் கட்டளைகளைப் பிறப்பிப்பது போல
குரல்கள் வருவது இந்தப்பக்கமாகதான் என்றில்லை,
அங்கிங்கென எல்லாப்பக்கங்களிலிருந்தும்,

நடைபாதைகளை மறித்து நிற்கிறார்கள்
கண்களிலிருந்து வெளிப்படும் ஒளி
பாதையை வெளிச்சமாக்குகிறது
மௌனத்தின் பின்னால் மௌனம்
மௌனத்தின் பின்னால் மௌனம்
என மௌனங்களுக்குள் ஒளிந்து கொண்டிருப்பதில்
இருந்து அவர்களை வெளிகொணரும் போதும்
சான்ற அமைதியின் விளிம்பில்
பூனை ஒன்று மியாவ் எனக்கத்தும் பரந்த ஒலியின் சஞ்சாரம்
போல் ஒரு சத்தம் வெளிப்படலாம்

என்னை அவர்கள் பார்த்தபடியே நிற்கிறார்கள்
கண்களில் இருந்து வெளிப்படும் ஒளி வெளிப்பட்டபடியே இருக்கிறது
இப்பொழுதில் அந்த வெளிச்சத்தை நாங்கள் எடுத்துக் கொள்வதால்
பாதையை இருள் கௌவத்தொடங்குகிறது

நாங்கள் நிமிர்ந்து பார்க்கும் போதெல்லாம்
பகலும் இரவும், குளிர்ச்சியான காற்றில்
இலைகளும் கிளைகளும் சலசலத்து உதிர்ந்து கடந்தன

அப்பாலுக்கப்பால் விருண்டெழுந்து விரவி நிற்கும்
என் ஆத்ம விருட்சம் தேங்கி உள்ளிருக்கும்
மாய்ந்து மாய்ந்து மூண்ட நெருப்பின் சாத்வீகம்
"ஒரு முறையாவது உன்முகம் பார்த்து
பின் எரிந்து போகிறேன் என்றேன்
உன்னைச் சூழும் நெருப்பென்று
உணர்வாய் தேவனே என்றது"

11

நகரமெங்கும் மின்விளக்குகளின் வெளிச்சத்தில்
இறகுகள் முளைத்து இரவு தத்தளித்தபடி இருக்கிறது

ஒவ்வொரு தூக்கமும் பரந்த காடுகளின் நடுவில் நிறுத்தி
கற்பனை முடிச்சுக்களை அவிழ்த்து பின் இரவுகளை அதட்டி
எழுப்பி வெளிச்சத்தைப் பூசி விடியும்வரை அலைய விடுகிறது

என் படுக்கையின் மீதில் துளியும் விரசமற்றுப் புரள்கிறேன்,
ஆங்காங்கே தூரத்தே தென்னை மரங்கள்,
அறுதியாக வந்த அலையின் பரப்பில்
பதிந்த தென்னோலையொன்றை அசைத்தபடி; கடல்

அழைத்துப்போக யாரும் வரப்போவதில்லை,

கண்களைத் திறந்தபடி இருக்கும் மட்டிலும்
கைகளை அசைத்து அசைத்துப் பார்த்தபின்
கால்களின் வெளியில் அங்கும் இங்குமென
போவதும் வருவதுமாய்ப் பருவங்கள் நிகழ்கின்றன

மேலெழும் காலத்தின் நீரோடை
வளரி போல் சுழன்று வந்து கழுத்துவரை நனைத்துப் போகிறது
நீரோடு நனைந்து தாழ்ந்த போதிலும்
என் கண்களின் வெளி
நாசித்துவாரங்கள் முங்க வந்த வாசனை எங்கிருந்து
வந்ததென தேடி முடிக்கும் வரை
நீரோடு தாழ்ந்து போகாதிருக்கும் நிலைக்கு
என்னளவுக்கு உந்துகிறேன்

கடந்து போகும் மீன்களை ஒவ்வொன்றாய் எண்ணிக்கொண்டிருக்கையில்
வட்டமடித்து வந்த பருந்து,
மீன்களில்; அலகில் ஒன்றையும்
கால்களினிடையில் ஒன்றையும் கவ்விப் பறந்து மறைந்தது.

12

மேய்ப்பனின் பார்வை வெளியில் புல்தரையாக இருக்கிறேன்

ஆழ் வெளியில் வெளிச்சத்தைத் தேடியலைகிறேன்

பின் ஆழ்ந்த பிரார்த்தனையின் வழி இல்லாது போகிறேன்

நெளிந்து நெளிந்து பரவும் நதியின் தடத்தில்
கால்கள் சிக்குண்டன

பூக்களைப்போல உதிர்ந்து கிடக்கும் காலங்களை
வெறுமையோடு பார்க்க முடிகிறது
அவை தம் கண்களையும் காதுகளையும் மூடி
இருப்பதைப்போல் உருக்கொடுக்கின்றன

திசைகளைக் கையாளக் கற்றுக்கொண்டவர்கள்
புழுதிக்காற்றில் கால்களை உலாவவிட்டு பின் சிறகுகளை
அசைத்து ஆகாயத்துக்கும் பூமிக்கும்
அங்கும் இங்கும், இங்கும் அங்குமென அசைந்தபடி

இருந்தார்கள்
பெரியது பெரியதாய்
நட்சத்திரங்கள் தெரியும் படி,
சூரியன் சுடும் படி,
நான் வெளிப்படும் போதெல்லாம் எல்லோர் கண்களும் விழித்துக்கொள்கின்றன

அவ்வட்டத்தின் புறமாக இரண்டு பாதைகள்

இப்பெருங்குரலைக் கேட்டிருக்கிறேன்
என்னை நிலைகுலையச் செய்யும்
இம் மணியோசை புகை மூட்டத்தில் இருந்து
விலக்களிக்கப்பட்ட
நடு வெளிர் பரப்பில்
என்னை நிராயுத பாணியென மறுபடி மறுபடி எச்சரித்தபடி இருக்கிறது

நான்
பாதையில் இருந்து விலகி நின்றேன்
பாதையின் எதிர் திசையில் நின்றேன்
பாதையின் ஓர் மூலையில் நின்றேன்
பாதையின் மேல் தளத்தில் நின்றேன்

13

உன்னை இந்த நகரத்தின் மேல் பறக்க வைப்பேன்
பறந்து போய் நகரத்தை சுமந்து வா,
என்றது குரல்
-

முன் நகரம் உனக்கொரு வினோதப்பொருளாக இருந்தது
தூரமாக இருந்தது
கால் படக் கூசிடும் நிகழ்வுடன் இருந்து
பொழுதெல்லாம் பனி மூட்டமாய் இருந்தது
நீ அதை தூர நின்று பார்த்தாய்
பின் நெருங்கி வருவதாக நினைத்து மேலும் மேலும் தூரம் போனாய்
நகரத்தின் மையத்தில் இருந்து தூரமாகிக்கொண்டே போனாய்
பின் நகரத்தின் சுவாச வெளியில் இல்லாதும் போனாய்
-

வெளிச்சத்தினுள் தூரப் போய்விட்டேன்
ஒரு துறவி போல பயணிக்கப்போகும் பாதையைத்
தீர்மானிக்கவேண்டிய தேவை எதுவுமில்லை
கண்கள் பரிசுத்தமாக இருக்கின்றன
என் பரிசுத்த இருளே
உன் பிரகாசத்தில் இருந்து வெளிச்சத்தை மீளத்தருவதாக
அசைந்து கொண்டிருக்கும் இறக்கைகள்
அசைந்து கொண்டிருப்பது
நான் எங்கிருக்கிறேன் என்கின்ற தெளிவின் நிமித்தம்

14

தூரம் தூரமாக ஒளிரத்தொடங்கும்
நட்சத்திரங்கள் கண்களுக்குப் புலப்படும்
காற்றும் மழையும் ஓய்ந்து நிலம் காய்ந்து
வெளிச்சத்துள் இருள் நிறைந்து
காலம் வெறிச்சோடிப்போய்க் காட்சி தரும்
இந்தப் பருவம் இப்படியாக மறுபடி மறுபடி நிகழும்

பளிங்குக் கண்களை உடைய தேவதை வருகிறாள் என்பதை அறிந்திருக்கிறான்

இந்த அந்தியைக் கடந்து விட்டால்
இருளை இனி மேலும் சந்திக்கவே மாட்டான்

அவனது பிரயத்தனங்களுக்காக
அதிகபட்சம் இரு சிறகுகள் முளைக்கலாம்
-

இத்தனை தடவைகள் தொலைந்து மீண்டிருக்கிறேன்

ஒரு காடு உருக்கொள்ளும்
மலை உருக்கொள்ளும்
கடல் உருக்கொள்ளும்

வானம் உருக்கொள்ளும்
பூதத்தின் வாய்க்குள் அகப்படுவதைப்போல்
தொலைந்து போவேன்
ஏதுமில்லாதிருந்த இடத்தில் எல்லாம் உருக்கொண்டு உள்
வாங்கி பின் மீளத்தள்ளி விடும்
-

பெரும் ஞானத்தின் விழிகளின் முன்
பொய்மைக் கண்ணாடி நகர்ந்தபடி இருக்கிறதால்
ஞானத்தின் விடியல் இடர்பாடுகளுடனான
மிகைத் தோற்றத்தை வெளிப்படுத்திக் கொள்கிறது

என்னால் வேறொரு பிரபஞ்சத்துள் நகர்ந்துவிட முடிந்திடுமா
என எப்பொழுதும் பிரயாசையுடன் இருக்கிறேன்
பாதைகளைத் தேடுகிறேன்
உருக் கொள்ளப்போகும் பிரபஞ்சத்துள்
தொலைந்து மறைந்து போக உந்துகிறேன்
உரு கரைந்து போகத் தயாராக இருக்கிறேன்
-

என்னைச் சுற்றிலும் ஒளி வட்டங்கள் சுழலும் படியாக
அரவம் பெருத்துப் பெருத்து
பிரபஞ்சத்தை விழுங்கி பின்
சிறுத்து ஏதுமற்றதாகிறது

சிருஷ்டித்ததன் காரணங்களைத் தேடி அலைவேன்

விளக்கின் வெளிச்சத்தைச் சுற்றிச் சுழலும் விட்டில்களின் உருவாய்
மடிந்து புரளும் பொழுதில்
மேலதிகமாய் எந்த வெளிச்சமும்
உதித்திடப் போவதில்லை;
இருளும் இல்லை ஒளியும் இல்லை

இந்த அந்தியைச் சமைத்தவரே;
இந்த மழையின் சாரலில்
மதுக்குவளையைப் போல்,
போதையின் வெளிச்சத்தில் தீர்கிறேன்
-

சுமையின் மீது சுமை நிறைந்து
பறந்திருந்த என்னால் நகரவும்கூட முடியாமலிருக்கிறது

இறக்கைகளின் எடை அதிகரித்து
பறக்கமுடியாதபோது உதிர்த்து,
உதிர்ந்தது முளைக்கும் வரை காத்திருக்கும்
கழுகின் ஞானத்தை அடைந்து கொண்டேன்

இந்தப் பிரபஞ்சக் காட்டில் என் கண்களின் அகலத்திற்கு;
என்னுள் இருந்து அமைதியீனங்களை ஒவ்வொன்றாய்க் கொய்து
வீசியபடி இருக்கிறேன்

அமைதியீனங்கள் அகலச்சிறகு கொண்டன
அமைதியீனங்கள் ஆழக்கவ்விப்பிடித்துக் கொண்டிருப்பதோடு
அமைதியீனங்கள் ஒன்று இரண்டு எனப் பல்கிப் பெருகி ஒரு ஒளிவட்டம் போல
என்னைச் சுற்றியபடி இருக்கிறதால்
அமைதியீனங்களின் ஆழ்ந்த பொய்யில் இருந்து கண்கள்
ஒளிந்து கொள்ளும்படி இருக்கிறது

இதே போல் பல முகங்களைக் கடந்திருக்கிறேன்

இரவுக்கும் பகலிற்கும் இடையில் தத்தளித்தபடி
என்னை முற்றிலும் தொலைத்துவிடும் அளவிற்கான
ஒரு பருவநிலையில் மூழ்கித் தாழ்ந்து போகும் நான் கரைவதை உணர்கிறேன்
தடித்த தோல் காலணியைக் கடந்து பாதங்களைக்
குத்திக் கிழித்து கொல்லும் குளிரில், பின்
ஒரு பெரு நெருப்பில் வெந்து கருகிப் போகிறேன்
-

15

கைப்பிடியைத் தளர்த்தியவுடன் பிரபஞ்சங்கள் மோதிக்கொண்டன
நீ நினைவுகள் ஏதும் அற்றதைப்போல காட்டிக் கொள்கிறாய்
உன் கால்தடங்களை ஒற்றி பயணித்து வந்ததனால்
உன்னை அடைந்தேன்
வந்தடையும் வரை எந்த சபலமும் இல்லை
-

ஒரு மையத்தில் இருக்கிறேன்
கண்ணாடிகளை இணைத்துக்
கட்டிய கூட்டின் ஒரு புள்ளியில் இருத்தலில்
பல கோடி ரூபங்களாய் உருக்காணக் கிடைக்கிறேன்

காரிருள் வெளிச்சம்;
அடர்ந்த பெருவெளியில் எங்கே என என்னைத் தேடித்
தொலைத்த போதிலெல்லாம்
நான் அங்கேயே இருந்திருக்கிறேன்
நான் அங்கேயே அசைந்திருக்கிறேன்
நான் பறந்து பறந்து
அந்த அடர்ந்த பெருவெளியை

இங்கும் அங்குமென அளந்திருக்கிறேன்

அந்த விடியற்காலையில்
யன்னல்களைத் திறந்து வைத்திருப்பதற்கு விருப்பப்படுகிற பொழுதில்
ஒரு கை என் கைகளைப் பற்றிப்பிடித்திருக்கிறது
அந்தக் கைகளின் சொரசொரப்பு அறிமுகமுள்ளது
தூக்கத்தைக் கலைக்க விடாதபடி
அந்த ரூபம் அறைமுற்றிலும் வியாபித்திருக்கிறது
நான் அந்த ரூபத்தில் இருந்து பின் நகரும்
போதெல்லாம்
ரூபத்தையே நெருங்கியபடி இருக்கிறேன்

16

யன்னல் கண்ணாடியில் படிந்து வழியும்
நீர்த் திவலைகளுடன் அங்கிங்காக
தேகம் உரசிக் கடந்த குறும் பறவைகளின் இறக்கைகள் மீதமாயிருந்தன

காலங்கள் உறைந்துபோயிருந்தன
பூமியின் பாதையில் நட்சத்திரமொன்று நெருங்கி வருகிறது
என்றறியக்கிடைக்கும் பொழுதில்
வானம் சலங்கை கட்டி அசைகிறது

போகாத இருளெங்கும் முகம் காட்டி தேய்ந்து
கரைந்து போகும் நொடியில்;
காற்றினிடத்தில் இருக்கும் கைகள்
தீண்டும் வேளையில்,
உருக்குலைந்து போன அந்த வெளியின் மௌனத்தை செவிமடுக்கிறேன்

நான் இருக்கிறேன் ஆதலால் இல்லாது போய்விடவில்லை
இருக்கிறபோது எவ்வாறு இல்லாதது போல் உருவகித்திடமுடியும்

என் ஆடைகள்; அங்கங்கள் போல் இருந்தன
ஒவ்வொன்றாக உதிரத்தொடங்குகிறது
-

அவர்கள் பயணித்திருந்தபோது
செழித்திருந்த மரங்களைக் கண்டார்கள்
கொடிகளை செடிகளை பறவைகளையும் கண்டார்கள்
மனுதிகளின் சிரிப்பொலி கேட்டபடி இருந்தது
பகல் வந்து போனது போன்ற மங்கிய வெளிச்சம்
மீதமிருந்தது

கடலின் ஆழத்தில் இருந்து மேலெழும் மீனொன்று
மேல் வானின் கழுத்தில் ஒளிரும் நட்சத்திரத்தின்
பிரகாசத்தைக் கௌவி பின் மறுபடியும் ஆழத்தில் சென்று ஒளிந்துகொண்டது
கடல் மெதுமெதுவாக ஆழத்தில் இருந்து பிரகாசத்தை மேல் தள்ளுகிறது
தொப்பலாய் நனைந்து நட்சத்திரங்கள்
அங்கும் இங்குமென கடலை நிரப்பி விட்டிருந்ததில் சில கரை
ஒதுங்கியபடி இருந்தன

17

"யாவையும் அறியும் பருவத்தை தான்
அடைந்து கொண்டாயே
எதற்காக இப்போழுதும் கண்களைத் திறந்து வைத்துள்ளாய்"

காலங்களை சரி செய்தபின் மறுபடி ஒளிந்து கொள்வேன்

இலை கொட்டிய மரங்களிலெல்லாம் பனிப்பொழிவு நாளில்
வெள்ளை வெளிரென இலைகள் முளைத்திருக்கின்றன பின்
ஆடம்பரமான காடுகளில் அங்கிங்கென எங்கும்
நிறைந்திருக்கும் பட்சிகளின் மிருகங்களின் உரையாடல்கள்
நிமித்தம்; ஒவ்வொரு மரங்களும் கொடிகளும் செடிகளும் துளிர்கிறது

கோடை நாட்களை மறவாதிருக்கிறேன்
-

இமைகளை மூடியும் திறந்தும்
குழந்தையினிடம் விளையாட்டு காட்டும்

தோரணையில்
அகண்ட பேரிரைச்சல் என் மௌனத்தை எரித்துப்
பொசுக்கி விட்டிருக்கிறது
என் மௌனம் ஆலமரத்தின் இலைகளைப்போல உதிர்ந்து
கொண்டிருக்கிறதைக் கண்டேன்

தொடக்கத்தில் என் கணுக்கால் அளவிற்கே
நனைந்திருந்தது
மூச்சை உள்ளெடுப்பதற்கும் வெளி விடுவதற்குமிடையில்
மூர்ச்சையாக நனைந்து விட்டேன்
இப்பொழுதில் மீனொன்றின் லாவகத்தில்
நீந்த வேண்டி இருந்தது
நீரோடு கரைந்திருந்த மேகத்தினிடை அசைகிறேன்

நிகழ்தலில் பூரணத்துவம் என்றொன்றில்லை
இப்படியாகவென்று பருவங்களும் இல்லை
முன்டியடித்துப்போகும் வரிசையிற்குத் தொடக்கங்களும் முடிவுகளும் இல்லை

18

"ஒரு காலமும் கழியேன்
தேகமும் விலகேன்
மிகையாய் மீதமாய்
எனைச் செய்த பராபரமே"

விழாக்கோலம் பூணுங்கள்
நயமாக பேசும் குரல்கள் செவிமடுக்கப்படுகின்றன
எந்த இரவையும் போல் இன்றைய இரவு இல்லை

ஆழ்ந்த குளிரின் நடுக்கம் ஆழ்மன தகிப்பின் வழி நிகழ்கிறது
ஆழமான அமைதியில் அடர்குளிரில் இருந்து விடுபடுகிறேன்
பின் வெம்மையில் கட்டுண்டு குளிரை உணரமுடியாது போகிறேன்

பரந்த வெளியில் கண்களைத் திறந்து வைத்திருப்பதைப் போல்
ஆழ்ந்த நிசப்தத்தில் இறகுகளைப் பற்றிப் பரவுகிறேன்

மெய்ப்பிக்க முடியாத சம்பவங்களைச் சந்தித்துக் கடந்து
எந்த இரவில் தொலைந்து போனேனோ
அந்த இரவை சமன் செய்யத் திரும்புகிற போது
காற்றும் குளிரும் அடை மழையுமாக,
உந்தித்தள்ளும் பேரானந்தம்
சுற்றிச் சுழலும் உணர்வுப் பரியலம்
என் வாசல்கள் மூடாதிருக்கும் நிலைக்கு
பரலோகத்தின் பயணப்பாதையிடையில்
சூரியன்

19

உரு அடையாளங்களை சுமந்து வந்திருக்கும்
தடாகத்தின் விழிம்பில் கைகளை ஊன்றி தலையினை வெளித்தள்ளி
பின் குதித்து சமுத்திரத்தில் மீன்களைப் போல்
நீந்திக் கொள்வாய்
பக்கத்து வீடுகள் பக்கத்துத் தெருக்கள்
பக்கத்துக் காலங்கள்
ஒன்றைப்போல் ஒன்று வெளிச்சமானவை அல்ல
நானும் நானும் நானும் நானும் நானும் நானும் நானும்
என்பதன் தொடர்ச்சியாக
வீடுகளில் ஒன்றையும் தெருக்களில் ஒன்றையும் காலங்களில்
ஒன்றையும் சுமந்து அலைந்து
இருளை அல்லது வெளிச்சத்தைப்
பூசிக்கொள்ளும் கண்களுக்கு
அனாதியான போகப்பொருளே இருள்

20

வானமளவிற்குப் பெரிய கண்களை விரித்து
பூமியைப் பார்த்திருக்கும் போது
காலங்களை நிறுத்தி,கால்களை நிறுத்தி
பேராசையுடைய கண்கள் ஒவ்வொன்றாக
ஒளிரத்தொடங்குவதைப் பார்த்திருக்கிறேன்
பற்றி எரியும் தடாகங்களையும்
பகல் இரவுகள் இல்லாத காலங்களையும்
சந்திக்கக்கிடைக்கிறது

ஒரு பறவையை ஒரு நட்சத்திரத்தை
இந்தக் குளிர்நாள் முழுவதும் சந்தித்தல்
நிகழாது
யன்னல் கண்ணாடிகளின் விளிம்புகளில்
நுண்ணுயிரிகளின் வாழ்தலில்
நான் உறைந்து போய்விட நிர்ப்பந்திக்கப் படுகிறேன்

மறுபடியும் கண்களை ஒன்று மாறி ஒன்று மூடித்திறக்கிறேன்